ഗ്രീൻ ബുക്സ്
മാന്ത്രികച്ചെപ്പ്
റുഡ്യാർഡ് കിപ്ലിംഗ്

ബ്രിട്ടീഷ് എഴുത്തുകാരൻ. ജോൺ ലോൽവുഡിൻ്റെയും ആലീസിൻ്റെയും മകനായി ജനിച്ചു. കരോളിൻ ബാലിസ്റ്റിയർ ആണ് ഭാര്യ. വിദ്യാഭ്യാസം ഇംഗ്ലണ്ടിൽ. ചെറിയ പ്രായത്തിൽത്തന്നെ സാഹിത്യരംഗത്തേക്ക് പ്രവേശിച്ച വിദ്യാഭ്യാസത്തിനുശേഷം ഇന്ത്യയിൽ തിരിച്ചെത്തിയെങ്കിലും 1890 മുതൽ ഇംഗ്ലണ്ടിൽ സ്ഥിരതാമസമാക്കി. കഥാകൃത്ത്, കവി, നോവലിസ്റ്റ് എന്നീ മേഖലകളിൽ പ്രശസ്തൻ. സാഹിത്യത്തിലെ ആദ്യത്തെ നോബൽ സമ്മാന ജേതാവും, ഇംഗ്ലണ്ടിലെ ദേശീയ കവിയുമായി ആദരിക്കപ്പെട്ട എഴുത്തുകാരനുമായ ഇദ്ദേഹം 1936 ജനുവരി 18 ന് ഈ ലോകത്തോട് വിടപറഞ്ഞു. പോയറ്റ്സ് കോർണറിൽ തോമസ് ഹാർഡിയുടെയും ചാൾസ് ഡിക്കൻസിൻ്റെയും അടുത്ത് അന്ത്യവിശ്രമംകൊള്ളുന്നു. റുഡ്യാർഡ് കിപ്ലിംഗിൻ്റെ ജംഗ്ൾ ബുക്ക് 1, ജംഗ്ൾ ബുക്ക് 2, കിമ്മിൻ്റെ കഥ എന്നീ കൃതികൾ ഗ്രീൻ ബുക്സ് പ്രസിദ്ധീകരിച്ചിട്ടുണ്ട്.

ഡോ. അശോക് ഡിക്രൂസ് : കൊല്ലം ജില്ലയിലെ മുണ്ടയ്ക്കൽ സ്വദേശി. ഇപ്പോൾ തുഞ്ചത്തെഴുത്തച്ഛൻ മലയാളസർവകലാശാലയിലെ സാഹിത്യരചനാ വിഭാഗത്തിൽ അസിസ്റ്റൻ്റ് പ്രൊഫസറാണ്.

മാന്ത്രികച്ചെപ്പ്
റുഡ്യാർഡ് കിപ്ലിംഗിന്റെ ബാലകഥകൾ

വിവർത്തനം:
ഡോ. അശോക് ഡിക്രൂസ്

ഗ്രീൻ ബുക്സ്

green books private limited
gb building, civil lane road, ayyanthole,
thrissur- 680 003, kerala, ph: +91 487-2381066, 2381039
website: www.greenbooksindia.com
e-mail: info@greenbooksindia.com

(original english title)
just so stories

malayalam
manthrikacheppu
story
by
rudyard kipling

translated by
dr. ashok d'cruz

first published may 2016
copyright reserved

cover design : rajesh chalode

branches:
thrissur 0487-2422515
palakkad 0491-2546162
thiruvananthapuram 0471-2335301
calicut 0495 4854662
kannur 0497-2763038

isbn : 978-81-8423-506-7

no part of this publication may be reproduced,
or transmitted in any form or by any means,
without prior written permission of the publisher.

GBPL/761/2016

കഥകൾ

ആദ്യത്തെ എഴുത്ത് എഴുതിയ കഥ 07
അക്ഷരമാല ഉണ്ടായ കഥ 19
ഞണ്ടിന്റെ രൂപം മാറിയ കഥ 34
കാണ്ടാമൃഗത്തിന്റെ
പുറന്തോൽ വികൃതമായ കഥ 46
ഒട്ടകത്തിന് കൂനുണ്ടായ കഥ 49
തിമിംഗിലത്തിന് കഴുത്തുണ്ടായ കഥ 53
പുലിയുടെ ശരീരത്തിൽ
പുള്ളികളുണ്ടായ കഥ 57
ആനയ്ക്ക് തുമ്പിക്കൈ ഉണ്ടായ കഥ 65
വന്യമൃഗമായിരുന്ന പൂച്ചയെ മെരുക്കിയ കഥ 75
ഇത്തിൾപ്പന്നി ഉണ്ടായ കഥ 87
കങ്കാരുവിന്റെ പിൻകാലുകൾ
നീണ്ടുപോയ കഥ 96
ശലഭത്തിന്റെ ഒരു കാൽ
ഉയർന്നിരിക്കുന്നതിന്റെ കഥ 101

ആദ്യത്തെ എഴുത്ത് എഴുതിയ കഥ

നവീന ശിലായുഗത്തിൽ ജീവിച്ചിരുന്ന മനുഷ്യൻ ജൂതനോ ഇംഗ്ലീഷു കാരനോ ദ്രാവിഡനോ ഒന്നുമായിരുന്നില്ല; അല്പവസ്ത്രധാരികളായി ഗുഹകളിൽ കഴിഞ്ഞിരുന്ന അവർ ആദിമ മനുഷ്യർ മാത്രമായിരുന്നു. അവർക്ക് വായനയോ എഴുത്തോ വശമില്ലായിരുന്നു. അഥവാ, അവർക്ക തിന്റെ ആവശ്യമില്ലായിരുന്നു. വിശപ്പും ദാഹവും മാത്രമായിരുന്നു അവർക്കുമുന്നിലുണ്ടായിരുന്ന മുഖ്യവിഷയങ്ങൾ.

'തിടുക്കത്തിൽ മുന്നോട്ട് നടക്കാത്തവൻ' എന്നർത്ഥമുള്ള 'തെഗുമായി ബോപ്സുലായ്' എന്നായിരുന്നു ആ മനുഷ്യന്റെ പേര്. വിളിക്കാനുള്ള സൗകര്യത്തിനുവേണ്ടി നമുക്കയാളെ തെഗുമായി എന്നു വിളിക്കാം. 'ഒരു പാട് ചോദ്യങ്ങൾ ചോദിക്കുന്നവൾ' എന്നർത്ഥമുള്ള തെഷുമായി തെവിൻട്രോവ് എന്നായിരുന്നു അയാളുടെ ഭാര്യയുടെ പേര്. സൗക ര്യാർത്ഥം നമുക്കത് തെഷുമായി എന്നു ചുരുക്കാം. തഫിമായി മെറ്റലു മായി എന്നു പേരുള്ള ഒരു ചെറിയ മകളും അവർക്കുണ്ടായിരുന്നു. 'കൈയിലിരിപ്പുകൊണ്ട് തല്ല് എരന്നുവാങ്ങുന്ന കുട്ടി' എന്നതായിരുന്നു ആ പേരിന്റെ അർത്ഥം. പക്ഷേ, ഞാനവളെ തഫി എന്നാണ് ഇനിമുതൽ വിളിക്കാൻ പോകുന്നത്. അപ്പനമ്മമാരുടെ സ്നേഹവാത്സല്യങ്ങൾ കൊണ്ടുമാത്രമാണ്, അർഹതപ്പെട്ടതിന്റെ പകുതിപോലും തല്ലുകിട്ടാതെ അവൾ വളർന്നുവന്നത്.

പിച്ചവച്ചു നടക്കാൻ തുടങ്ങിയ നാൾ മുതൽ തഫി അപ്പനോടൊപ്പം ഊരുചുറ്റാനും പോയിത്തുടങ്ങി. വിശക്കുമ്പോൾ മാത്രമായിരിക്കും രണ്ടു പേരും ഗുഹയിലേക്ക് മടങ്ങിവരുന്നത്. അപ്പോഴേക്കും തെഷുമായിയുടെ പരിഭവം കേൾക്കാം:

"എവിടെയായിരുന്നു, രണ്ടെണ്ണവും ഇതേവരെ? എന്റെ തെഗുമായീ, വികൃതിയുടെ കാര്യത്തിൽ നമ്മുടെ മകളേക്കാൾ ഒട്ടും പിന്നിലല്ല നിങ്ങൾ!"

ഇനിയുള്ള കഥ ശ്രദ്ധിച്ചു കേൾക്കണേ!

ഒരു ദിവസം അത്താഴത്തിന് കരിമീൻ പിടിക്കാനായി വാഗായി നദിയിലെ ചളിയും ചതുപ്പും നിറഞ്ഞ ഭൂപ്രദേശത്തേക്ക് കുന്തവുമെടുത്ത് തെഗുമായി ബോപ്സുലായ് പുറപ്പെട്ടപ്പോൾ തഫിയും അയാളോടൊപ്പം കൂടി. തടികൊണ്ടുള്ള പിടിയും സ്രാവിന്റെ പല്ലുകൊണ്ടുള്ള കുന്തമുനയുമായിരുന്നു തെഗുമായിയുടെ കുന്തത്തിനുണ്ടായിരുന്നത്. അന്നേ ദിവസം, ആദ്യത്തെ മീനിനെ കുത്തിപ്പിടിക്കുന്നതിനിടയിൽ ആകെ കൈവശമുണ്ടായിരുന്ന കുന്തം ഒടിഞ്ഞ് നദിയുടെ അടിത്തട്ടിലേക്ക് താഴ്ന്നുപോയി. മറ്റൊരെണ്ണം കൂടി കൈയിൽ കരുതാതിരുന്നതിനെയോർത്ത് വിഷമിക്കുകയല്ലാതെ മറ്റൊന്നും ചെയ്യാൻ അന്നേരം തെഗുമായിക്ക് കഴിഞ്ഞില്ല. കാരണം, അപ്പോൾത്തന്നെ തെഗുമായിയും മകളും വീട്ടിൽനിന്ന് മൈലുകളോളം അകലെയായിരുന്നു. (എങ്കിലും, ഉച്ചഭക്ഷണം ഒരു ചെറിയ പൊതിയിലാക്കി കൂടെ കരുതാൻ അവർ മറന്നിട്ടില്ലായിരുന്നു)

“കൂട നിറയാനുള്ള മീൻ ഇവിടെത്തന്നെയുണ്ട്. പക്ഷേ, അരദിവസമെങ്കിലും അതിനുവേണ്ടി മെനക്കെടേണ്ടി വരും.” തെഗുമായിയുടെ വാക്കുകളിൽ നിരാശ കലർന്നിരുന്നു.

“ഞാൻ വേഗം വീട്ടിലേക്കോടിപ്പോയി ആ വലിയ കറുത്ത കുന്തം എടുത്തുകൊണ്ടു വന്നാലോ?”

മകളുടെ ചോദ്യംകേട്ട് തെഗുമായി അമ്പരന്നു.

“നിന്റെ തടിച്ചുകുറുകിയ കാലുകൾക്ക് ഓടിയെത്താവുന്നതിനേക്കാളേറെ ദൂരമുണ്ട് നമ്മുടെ ഗുഹയിലേക്ക്. മാത്രമല്ല, ചളിയും ചതുപ്പും നിറഞ്ഞ എവിടെയെങ്കിലും നീ താഴ്ന്നുപോകാനും സാധ്യതയുണ്ട്. വെറുതെ എന്തിനാ വേണ്ടാത്ത പണിക്കു പോകുന്നത്.”

കൈയിലിരുന്ന ഒഴിഞ്ഞ തുകൽസഞ്ചിയിലേക്കു നോക്കി, പുതിയ കുന്തം നിർമ്മിക്കുന്നതിനെക്കുറിച്ച് ആലോചിക്കുന്നതിനിടയിൽ തെഗുമായി മകളോട് പറഞ്ഞു. തഫിയാകട്ടെ ആ സമയമത്രയും നദിക്കരയിലിരുന്ന കാല് വെള്ളത്തിലേക്കിട്ടുകൊണ്ട്, താടിക്ക് കൈയും കൊടുത്ത് എന്തോ ഗാഢമായി ചിന്തിച്ചുകൊണ്ടിരിക്കുകയായിരുന്നു.

“അല്ലാ, ഞാനാലോചിക്കുകയായിരുന്നു, നമ്മൾ എഴുതാൻ പഠിക്കാത്തത് ഇച്ചിരി കഷ്ടമായിപ്പോയി അല്ലേ, അപ്പാ? എഴുതാനറിയാമായിരുന്നെങ്കിൽ പുതിയൊരു കുന്തത്തിനു വേണ്ടി ഒരു സന്ദേശമയച്ചാൽ മതിയായിരുന്നു.”

“തഫീ, ഞാൻ നിന്നോട് എത്ര തവണ പറഞ്ഞിട്ടുണ്ട്, നാടൻ പ്രയോഗങ്ങൾ സംസാരത്തിൽ നിന്ന് ഒഴിവാക്കണമെന്ന്? ‘ഇച്ചിരി’ എന്നത് അത്ര നല്ല പ്രയോഗമല്ല. പിന്നെ, സൗകര്യത്തിനുവേണ്ടിയാണ് ആ വാക്ക് ഉപയോഗിച്ചതെങ്കിൽ തെറ്റില്ല; വീട്ടിലേക്ക് എഴുതുന്നതാണല്ലോ, വിഷയം.”

തെഗുമായി മകളോട് സംസാരിച്ചുകൊണ്ട് നിൽക്കുന്നതിനിടയിലേക്ക് തെവാരാ ഗോത്രത്തിൽപ്പെട്ട അപരിചിതനായ ഒരു മനുഷ്യൻ കടന്നു വന്നു. തെഗുമായിയുടെ ഭാഷ അയാൾക്ക് തീർത്തും അപരിചിതമായി രുന്നു. നദിക്കരയിലെത്തിയ അയാൾ തെഫിയെ നോക്കി പുഞ്ചിരിച്ചു. തെഫിയുടെ പ്രായത്തിലുള്ള ഒരു മകൾ അയാൾക്കുമുണ്ടായിരുന്നു എന്നതാണ് അതിനു കാരണം. കൈവശമുണ്ടായിരുന്ന തുകൽസഞ്ചി യിലെ ഉപകരണങ്ങളും ചരടുമുപയോഗിച്ച് പുതിയൊരു കുന്തം നിർമ്മി ക്കാനുള്ള ശ്രമത്തിലായിരുന്നു അപ്പോഴും തെഗുമായി.

“ഇങ്ങുവന്നേ, എന്റെ അമ്മ താമസിക്കുന്ന സ്ഥലം അറിയാമോ നിങ്ങൾക്ക്?”

തെവാരാ ഗോത്രത്തിൽപ്പെട്ട അപരിചിതനായ മനുഷ്യനോട് തഫി ചോദിച്ചു.

അയാളാകട്ടെ “ഉം” എന്നു മൂളുകമാത്രം ചെയ്തു.

“നാശം!” എന്നു പറഞ്ഞുകൊണ്ട് തഫി നിലത്ത് ആഞ്ഞുചവിട്ടി.

തെഗുമായിക്ക് കുന്തം നഷ്ടപ്പെട്ട ഇടത്തിലൂടെ ഒരു കൂട്ടം വലിയ കരിമീനുകൾ പോകുന്നതു കണ്ടതോടെയാണ് അവൾക്ക് നിയന്ത്രണം നഷ്ടമായത്.

“ഓ, അതൊന്നും നീ കാര്യമാക്കണ്ടാ!”

കുനിഞ്ഞിരുന്ന് ഏകാഗ്രതയോടെ കുന്തനിർമ്മാണത്തിലേർപ്പെട്ടിരുന്ന തെഗുമായി തലയുയർത്താതെ തന്നെ മകളോട് പറഞ്ഞു.

“കാര്യമതൊന്നുമല്ല. ഞാൻ ചെയ്യാൻ പറഞ്ഞതൊന്നും അയാൾക്ക് മനസ്സിലായില്ലെന്ന് തോന്നുന്നു.”

തെവാരാ ഗോത്രത്തിൽപ്പെട്ട അപരിചിതനായ മനുഷ്യനോട് തഫിക്ക് അനിഷ്ടം തോന്നി. അപ്പോഴും തെഗുമായി തന്റെ പരിശ്രമങ്ങൾ തുടർന്നുകൊണ്ടിരുന്നു.

തെവാരാ ഗോത്രത്തിൽപ്പെട്ട മനുഷ്യൻ തഫിയുടെ ചെയ്തികൾ കണ്ട് അദ്ഭുതം പുരണ്ട കണ്ണുകളുമായി നിലത്തെ പുല്ലിന്മേലിരുന്നു. തെഗു മായി ചെയ്തുകൊണ്ടിരിക്കുന്ന കാര്യങ്ങൾ തന്നാലാവുംവിധം വിശദീ കരിക്കാൻ ശ്രമിക്കുകയായിരുന്നു തഫി. എന്നാൽ ആ മനുഷ്യൻ മന സ്സിലാക്കിയത് മറ്റൊരു വിധമായിരുന്നു:

‘വളരെയധികം പ്രത്യേകതകളുള്ള ഒരു അദ്ഭുതശിശുവാണ് തന്റെ മുന്നിൽ നിൽക്കുന്നത്. നിലത്ത് ചവിട്ടിയത് അവൾ ഗോത്രമുഖ്യന്റെ മകളായതുകൊണ്ടാണ്. ഗോത്രമുഖ്യൻ തന്നെ ശ്രദ്ധിക്കാതിരിക്കുന്നതിന് എന്തെങ്കിലും കാരണമുണ്ടായേക്കാം’ എന്നു കരുതി അയാൾ അവർക്കു മുന്നിൽ കൂടുതൽ വിനയാന്വിതനായി.

"നോക്കൂ, നിങ്ങളുടെ കാലുകൾക്ക് എന്റേതിനേക്കാൾ നീളമുണ്ട്, അതുകൊണ്ട് ചളിയിലോ ചതുപ്പിലോ പെട്ടുപോകാനിടയില്ല. നിങ്ങളൊരു ഉപകാരം ചെയ്യണം, എന്റെ വീട്ടിലെത്തി അപ്പന്റെ കറുത്ത പിടിയുള്ള കുന്തം എടുത്തുതരാൻ അമ്മയോട് പറയണം. അത് നെരിപ്പോടിനടുത്തു തന്നെ തൂങ്ങിക്കിടക്കുന്നുണ്ടാവണം."

തഫിയുടെ വാക്കുകളും ആംഗ്യവിക്ഷേപങ്ങളും കേട്ട അപരിചിതന്റെ (തെവാരാ ഗോത്രത്തിലെ മനുഷ്യൻ തന്നെ!) ചിന്തകൾ സഞ്ചരിച്ചത് വേറൊരു വഴിക്കായിരുന്നു:

"ഇവളൊരു അദ്ഭുതശിശു തന്നെ. എങ്കിലും, എന്നോടെന്തിനാണ് ഈ കുട്ടി ദേഷ്യപ്പെടുകയും കൈവീശിക്കാണിക്കുകയും ചെയ്യുന്നത്. എനിക്കാണെങ്കിൽ അവൾ പറയുന്നതൊന്നും, ഒരക്ഷരം പോലും മനസ്സിലാകുന്നതുമില്ല. ഒരുപക്ഷേ, ഇവൾ ആവശ്യപ്പെടുന്നത് സാധിച്ചുകൊടുത്തില്ലെങ്കിൽ, ഈ ഗോത്രമുഖ്യൻ എന്നോട് കോപിച്ചേക്കും."

എന്നു ചിന്തിച്ചുകൊണ്ട് അയാൾ നേരെ എഴുന്നേറ്റു പോയി തൊട്ടടുത്തു കണ്ട ചീലാന്തി മരത്തിൽ നിന്ന് ചീന്തിയെടുത്ത വലിയൊരു കഷണം മരവുരി കൊണ്ടുവന്ന് തഫിക്ക് നേരെ നീട്ടി. ചീലാന്തിയുടെ പുറന്തൊലിപോലെ ശുദ്ധമാണ് തന്റെ മനസ്സെന്ന് തഫിയെ ബോധ്യപ്പെടുത്താനായിരുന്നു അയാളങ്ങനെ ചെയ്തത്. തഫിക്ക് യാതൊന്നും മനസ്സിലായില്ല എങ്കിലും അവൾ പ്രതികരിച്ചു:

"ഓ, എന്റെ അമ്മയുടെ മേൽവിലാസം അറിയില്ല, അല്ലേ? എനിക്ക് എഴുതാനറിയില്ല. എങ്കിലും, കൂർത്ത എന്തെങ്കിലും സാധനം കൊണ്ട് ഞാനിതിന്മേൽ വരഞ്ഞുതരാം. അതിനിപ്പോൾ..... ഒരു കാര്യം ചെയ്യൂ, നിങ്ങളുടെ കഴുത്തിലണിഞ്ഞിരിക്കുന്ന മാലയിലെ സ്രാവിന്റെ പല്ലുകളിൽ ഒരെണ്ണം തരാമോ?"

ചോദ്യം കേട്ടിട്ടും ഒന്നും മിണ്ടാതെ നിന്ന തെവാരാ ഗോത്രമനുഷ്യന്റെ മാലയിൽ നിന്ന് തഫി, സ്രാവിന്റെ പല്ലുകളിൽ ഒരെണ്ണം പൊട്ടിച്ചെടുത്തു.

തെവാരാ ഗോത്രമനുഷ്യന്റെ അമ്പരപ്പ് കൂടിയതേയുള്ളൂ:

"ഇവളൊരു അസാധാരണ അദ്ഭുതശിശു തന്നെ. മാലയിൽ നിന്ന് പൊട്ടിച്ചെടുത്ത് സ്രാവിന്റെ പല്ല് ഒരു മാന്ത്രികപ്പല്ലായിരുന്നു. ആരെങ്കിലും എന്റെ അറിവോ സമ്മതമോ കൂടാതെ അതിന്മേൽ സ്പർശിച്ചാലുടനെ, ഒന്നുകിൽ വീർത്ത് അല്ലെങ്കിൽ പൊട്ടിത്തെറിച്ച് മരണപ്പെടുമെന്ന് ഞാനെല്ലാവരോടും പറയുമായിരുന്നു. എന്നാൽ, ഈ കുട്ടിക്ക് അങ്ങനെയൊന്നും സംഭവിച്ചില്ല. എന്നുമാത്രമല്ല, ഇതൊന്നും ഗൗനിക്കാത്ത മട്ടിൽ, യാതൊരു ഭയവും കൂടാതെ ഗോത്രമുഖ്യനെന്നു തോന്നിപ്പിക്കുന്ന മനുഷ്യൻ തൊട്ടടുത്തു തന്നെ എന്തൊക്കെയോ ചെയ്തുകൊണ്ട് ഉണ്ടായിരുന്നുതാനും. ഈ മനുഷ്യരോട് ഞാൻ കൂടുതൽ ബഹുമാനം കാണിക്കേണ്ടിയിരിക്കുന്നു!"

സ്രാവിന്റെ കൂർത്ത പല്ല് കിട്ടിയതോടെ തഫി തറയിൽ കമിഴ്ന്ന് കിടന്ന്, കാലുകൾ മുകളിലേക്ക് പൊന്തിച്ച്, ചിത്രം വരയ്ക്കുന്നതിന് തയ്യാറെടുപ്പുകൾ നടത്തിക്കൊണ്ട് അയാളോട് പറഞ്ഞു:

"എന്റെ ചുമലിന് മീതെ കൂടി നോക്കിക്കോളൂ, ഞാനിപ്പോൾ ചില ചിത്രങ്ങൾ വരയ്ക്കാൻ പോവുകയാണ്. ആദ്യം അപ്പൻ മീൻ പിടിക്കുന്ന ചിത്രം വരയ്ക്കാം. ദാ, ഇത് അപ്പനെപ്പോലെ തോന്നുന്നില്ലേ? ങാ, അമ്മയ്ക്ക് മനസ്സിലായിക്കൊള്ളും. മാത്രമല്ല, കുന്തം ഒടിഞ്ഞതായി വരച്ചിട്ടുണ്ടല്ലോ, അതുകൊണ്ട് അമ്മയ്ക്ക് കൃത്യമായി മനസ്സിലാകും ചിത്രത്തിലുള്ളത് അപ്പൻ തന്നെയാണെന്ന്. ഇനി ഞാൻ വരയ്ക്കാൻ പോകുന്നത് മറ്റേ കുന്തത്തിന്റെ, കറുത്ത പിടിയുള്ള കുന്തത്തിന്റെ ചിത്രമാണ്. അതാണ് അപ്പനിപ്പോൾ ആവശ്യമുള്ളത്. അപ്പന്റെ മുതുകിലുള്ള അടയാളം കണ്ടോ; കടിയേറ്റതുപോലുള്ള പാട്! അതൊരിക്കൽ ചുമലിൽ തൂക്കിയിട്ട കുന്തം കൊളുത്തിവലിച്ചതാണ്. ആ കുന്തമാണ് കൊണ്ടുവരേണ്ടത്; മനസ്സിലായോ? ഇനി ഞാൻ എന്റെയൊരു ചിത്രം വരയ്ക്കാം. ഇക്കാര്യങ്ങളൊക്കെ നിങ്ങളോട് വിശദീകരിച്ചുകൊണ്ടിരിക്കുന്ന ചിത്രം. എന്റെ തലമുടി ചിത്രത്തിലേതുപോലെ എഴുന്നേറ്റു നിൽക്കുന്നതൊന്നുമല്ല. എങ്കിലും അങ്ങനെ വരയ്ക്കുന്നതാണ് എളുപ്പം. അമ്മയ്ക്ക്... ങാ, അമ്മയ്ക്ക് അതൊക്കെ മനസ്സിലായിക്കൊള്ളും. ഇനി ഞാൻ നിങ്ങളുടെ ചിത്രം വരയ്ക്കാം. നിങ്ങളൊരു സുന്ദരനൊക്കെത്തന്നെ, സമ്മതിച്ചു. പക്ഷേ, ഞാൻ വരയ്ക്കുമ്പോൾ അത്ര സൗന്ദര്യമൊന്നും ഉണ്ടായില്ല എന്നു കരുതി എന്നോട് പരിഭവിക്കരുത്, കേട്ടോ?"

തെവാരാ ഗോത്രമനുഷ്യൻ പുഞ്ചിരിച്ചു. തഫിയുടെ വാക്കുകളിൽ നിന്നും അയാൾക്ക് മനസ്സിലായ കാര്യങ്ങൾ ചുവടെ ചേർക്കുന്നു:

"എവിടെയോ ഒരു വലിയ യുദ്ധം നടക്കുന്നു. ഈ അസാധാരണ പെൺകുട്ടി, സ്രാവിന്റെ മാന്ത്രികപ്പല്ല് സ്പർശിച്ചിട്ടും വീർക്കുകയോ പൊട്ടിത്തെറിക്കുകയോ ചെയ്യാത്ത ഈ അദ്ഭുതശിശു, ആവശ്യപ്പെടുന്നത്, ഗോത്രത്തലവനെ സഹായിക്കുന്നതിനുവേണ്ടി മുഴുവൻ ഗോത്രമനുഷ്യരെയും ഉടനെ വിളിച്ചുകൂട്ടണം. തന്നെ ഒരിക്കൽപ്പോലും ഗൗനിക്കാതിരിക്കുന്ന മഹാനായ ഗോത്രത്തലവനുവേണ്ടി ഗോത്രമനുഷ്യരെ യുദ്ധസജ്ജരാക്കണം."

"നോക്കൂ, ഞാൻ വരച്ചു തന്നതിൽ നിന്ന് കാര്യങ്ങൾ വ്യക്തമാണല്ലോ, അല്ലേ? വരകളിൽ ചിലത് കടുപ്പത്തിലും മറ്റു ചിലത് അലക്ഷ്യവരകളുമായിപ്പോയി. അതൊന്നും കാര്യമാക്കേണ്ടതില്ല. അപ്പന്റെ കറുത്തപിടിയുള്ള കുന്തം എത്രയും വേഗം ഇവിടെയെത്തിക്കുക എന്നത് മാത്രമാണ് നിങ്ങളുടെ ദൗത്യം. ഇനി, എന്റെ അമ്മയുടെ അടുത്തേക്ക് ചെല്ലേണ്ടതെങ്ങനെയെന്ന് കാട്ടിത്തരാം. ഇവിടെ നിന്ന് നേരെപോകുമ്പോൾ ഇരട്ട മരങ്ങൾ നിൽക്കുന്ന ഒരിടം കാണും. അവിടെ നിന്നും

വീണ്ടും മുന്നോട്ട് പോയാൽ ഒരു മല കടക്കേണ്ടിവരും. അത് താണ്ടിയാൽ പിന്നെ കാണുന്നത് നീർനായകൾ നിറഞ്ഞ ഒരു ചതുപ്പായിരിക്കും. ഇതിന്മേൽ എല്ലാ നീർനായകളെയും വരയ്ക്കാൻ എനിക്കാവില്ല. എനിക്ക് നീർന്നായകളെ വരയ്ക്കാനറിയില്ലെങ്കിലും അവയുടെ തലകൾ വരയ്ക്കുന്നുണ്ട്. അത് കണ്ടാൽ നിങ്ങൾക്ക് മനസ്സിലായിക്കൊള്ളും അത് നീർനായകളാണെന്ന്. ചതുപ്പ് മറികടക്കുമ്പോൾ വീണുപോകാതിരിക്കാൻ പ്രത്യേകം ശ്രദ്ധിക്കണം. നീർനായകളും ചതുപ്പും നിറഞ്ഞ പ്രദേശത്തിന് പിറകിലായിട്ടാണ് ഞങ്ങളുടെ ഗുഹ. വലിയ ഗുഹയാണെങ്കിലും ഞാനിവിടെ ചെറുതായി മാത്രമേ വരയ്ക്കുന്നുള്ളൂ. അവിടെ, ഗുഹാമുഖത്ത് തന്നെയുണ്ടാകും എന്റെ സുന്ദരിയായ അമ്മ. ഇതുവരെയുണ്ടായിട്ടുള്ളതിൽ വച്ച് ഏറ്റവും സുന്ദരിയായ അമ്മ. എങ്കിലും ഞാൻ വളരെ സൂക്ഷ്മമായൊന്നും വരയ്ക്കുന്നില്ല. നേരിൽ കാണുമ്പോൾ അതൊക്കെ മനസ്സിലായിക്കൊള്ളും. മാത്രമല്ല, ഞാൻ വരച്ചത് കാണുമ്പോൾ അമ്മയ്ക്ക് വലിയ സന്തോഷം തോന്നുകയും ചെയ്യും. ഒരു പക്ഷേ, താങ്കൾ കുന്തമെടുക്കാൻ മറന്നാലും, ഗുഹയുടെ വെളിയിലിരിക്കുന്ന കറുത്ത പിടിയുള്ള കുന്തമെന്നു പറഞ്ഞിരുന്നില്ലേ, ശരിക്കും, ഗുഹയുടെ ഉള്ളിലായിരിക്കും ഉണ്ടാവുക; ഏതായാലും, ഈ ചിത്രം കാണുമ്പോൾ അമ്മയ്ക്ക് കാര്യം മനസ്സിലായിക്കൊള്ളും. അമ്മ കുന്തമെടുത്ത് തരും. താങ്കളെ കാണുമ്പോൾ അമ്മയ്ക്ക് വളരെയധികം സന്തോഷമുണ്ടാകും അതുകൊണ്ടാണ് അമ്മ കൈകൂപ്പി നിൽക്കുന്നതുപോലെ ഞാനീ ചിത്രത്തിൽ വരച്ചിരിക്കുന്നത്. ചിത്രങ്ങളൊക്കെ നന്നായിട്ടുണ്ട്, അല്ലേ? ഞാൻ പറഞ്ഞുവന്നതൊക്കെ താങ്കൾക്ക് നന്നായി മനസ്സിലായിട്ടുണ്ടാവുമല്ലോ? അതോ, ഞാൻ ഒരിക്കൽക്കൂടി വിശദീകരിക്കണോ?

തഫി വരച്ചുകൊടുത്ത ചിത്രത്തിലേക്ക് കുറേനേരം തുറിച്ചുനോക്കിയ ശേഷം എല്ലാം മനസ്സിലായെന്ന മട്ടിൽ തെവാരാ ഗോത്രമനുഷ്യൻ തലയാട്ടി. എന്നിട്ട് സ്വയം പറഞ്ഞു:

"ഗോത്രമുഖ്യനെ വകവരുത്താൻ എല്ലാ ദിക്കുകളിൽനിന്നും കുന്തങ്ങളുമായി ശത്രുക്കൾ വളഞ്ഞിരിക്കുകയാണ്. എങ്ങനെയെങ്കിലും ഗോത്രമുഖ്യനെ രക്ഷപ്പെടുത്തിയില്ലെങ്കിൽ ഒരുപക്ഷേ, അയാൾ ശത്രുക്കളുടെ അടിമയായേക്കാം. ഗോത്രമുഖ്യൻ എന്നെ ഗൗനിക്കാതിരിക്കുന്നതിന്റെ കാരണം ഇപ്പോഴാണെനിക്ക് മനസ്സിലാകുന്നത്. കുറ്റിച്ചെടികൾക്കിടയിലോ പൊന്തക്കാടുകളിലോ ശത്രുക്കൾ പതിയിരിക്കുന്നുണ്ടെന്ന് ഭയപ്പെടുന്നതുകൊണ്ടാവാം അയാളെന്നെ തിരിഞ്ഞുനോക്കാത്തത്. എങ്കിലും ഗോത്രമുഖ്യന്റെ സമർത്ഥയായ മകൾ, പിതാവിന്റെ കഷ്ടതകളെക്കുറിച്ച് വരകളിലൂടെ എന്നെ ബോധ്യപ്പെടുത്താൻ ശ്രമിച്ചുകൊണ്ടിരിക്കുന്നു. എങ്ങനെയെങ്കിലും ഗോത്രമുഖ്യനെ സഹായിച്ചേ തീരൂ."

വഴിയേതെന്നു പോലും തഫിയോട് ചോദിക്കാതെ, ചിത്രമെഴുതിയ മരത്തോലും കൈയിലെടുത്തുകൊണ്ട്, തെവാരാ ഗോത്രമനുഷ്യൻ പൊന്തകൾക്കിടയിലൂടെ അതിവേഗം പാഞ്ഞു; ഒരു കാറ്റിനെപ്പോലെ.

തഫി ആശ്വാസത്തോടെ നിലത്തിരുന്നു.

"തഫീ, നീയെന്താ അവിടെ ചെയ്യുന്നത്?"

കുന്തം പുനർനിർമ്മിക്കാനുള്ള ശ്രമത്തിനിടയിൽ തുകൽ വള്ളികളും ചരടും ഇടകലർത്തിക്കൊണ്ട് തെഗുമായി ചോദിച്ചു.

"ഞാൻ, എന്റേതായ രീതിയിൽ ചില ചെറിയ സംഗതികൾ ഏർപ്പാടു ചെയ്യുകയായിരുന്നു. എന്നോട് കൂടുതലൊന്നും ചോദിക്കാതിരുന്നാൽ അല്പസമയത്തിനുള്ളിൽ ഞാനൊരു അദ്ഭുതം കാട്ടിത്തരാം! എന്താ, ഏതാന്നൊന്നും ചോദിക്കാതെ ഉറപ്പായിട്ടും ഞെട്ടാൻ തയ്യാറെടുത്തോളൂ!"

തഫി പറഞ്ഞത് തെഗുമായി അത്ര കാര്യമാക്കിയില്ല.

"ശരി. ആയിക്കോട്ടെ! ഞാൻ ഞെട്ടിക്കോളാം."

ഈ സമയം തെവാരാ ഗോത്രമനുഷ്യൻ ചിത്രമെഴുത്തും കൈയിൽ പിടിച്ചുകൊണ്ട് നിർത്താതെ ഓടുകയായിരുന്നു. എത്രദൂരം അയാളങ്ങനെ ഓടിയെന്ന് ആർക്കുമറിയില്ല. അയാളുടെ ഓട്ടത്തിനിടയിൽ തികച്ചും അപ്രതീക്ഷിതമായി തെഷുമായിയുടെ മുന്നിൽ വന്നുപെട്ടു. ഗുഹാകവാടത്തിനു മുന്നിൽ, നവീന ശിലായുഗത്തിലെ അയൽക്കാരികളോട് ഉച്ചഭക്ഷണത്തിനുള്ള ഒരുക്കങ്ങളെക്കുറിച്ച് വാതോരാതെ സംസാരിച്ചുകൊണ്ട് നിൽക്കുകയായിരുന്നു തെഷുമായി. തഫിയുടെ രൂപസാദൃശ്യമുണ്ടായിരുന്നു തെഷുമായിക്ക്. പ്രത്യേകിച്ച് മുഖത്തിന്റെ മേൽഭാഗവും കണ്ണുകളും. തഫിയുടെ മുഖച്ഛായയുള്ള സ്ത്രീയെ കണ്ടതോടെ തെവാരാ ഗോത്രമനുഷ്യൻ ഓട്ടം നിർത്തി. തെഷുമായിയെ നോക്കി ആദരപൂർവ്വം പുഞ്ചിരിച്ചുകൊണ്ട് അയാൾ കൈയിലിരുന്ന ചിത്രമെഴുത്ത് കൈമാറി. ഓട്ടത്തിനിടയിൽ കാലുകളിൽ ഒരുപാട് പോറലുകളും കീറലുകളും ഉണ്ടായെങ്കിലും അതൊന്നും വകവയ്ക്കാതെ അയാൾ വിനയപൂർവ്വം നിൽക്കാൻ പരമാവധി ശ്രമിച്ചുകൊണ്ടിരുന്നു.

തഫിയുടെ ചിത്രമെഴുത്ത് കാണേണ്ട താമസം, തെഷുമായി അലറിവിളിച്ചുകൊണ്ട് അപരിചിതനായ മനുഷ്യന്റെ നേർക്ക് പാഞ്ഞടുത്തു. തെഷുമായിയോട് അനുഭാവം പ്രകടിപ്പിച്ചുകൊണ്ട് നവീന ശിലായുഗത്തിലെ അവളുടെ അയൽക്കാരികൾ ഓരോരുത്തരായി വന്ന് അയാളെ പ്രഹരിക്കാൻ തുടങ്ങി. അടികൊണ്ട് താഴെവീണ അയാളുടെ പുറത്ത് അവർ ആറുപേരും നിരന്നിരുന്നു. അതിനിടയിൽ തെഷുമായി അയാളുടെ തലമുടിയിൽ പിടിച്ച് വലിക്കുന്നുണ്ടായിരുന്നു.

"ഇവന്റെ മൂക്കിടിച്ച് പരത്തുകയാ വേണ്ടത്. എന്റെ തെഗുമായിയെ കുന്തംകൊണ്ട് ആക്രമിക്കുക മാത്രമല്ല, പാവം തഫിമോളെ പേടിപ്പിക്കുകയും കൂടി ചെയ്തിരിക്കുന്നു. കണ്ടില്ലേ, അവളുടെ മുടി മുകളിലേക്ക്

എഴുന്നേറ്റ് നിൽക്കുന്നത്. എന്നിട്ട് അതുംപോരാതെ, ആ ഭീകരദൃശ്യങ്ങളെല്ലാം കൂടി വരച്ച് ഇവിടെ കൊണ്ടുവന്നിരിക്കുന്നു. കണ്ടോ!" ക്ഷമയോടെ, അപരിചിതനായ ആ മനുഷ്യന്റെ പുറത്തിരുന്ന നവീനശിലായുഗത്തിലെ സ്ത്രീകളെ തെഷുമായി ചിത്രമെഴുത്ത് കാണിച്ചുകൊടുത്തുകൊണ്ട് തുടർന്നു:

"ആദ്യചിത്രത്തിൽ തെഗുമായി ഒടിച്ച കൈയുമായി നിൽക്കുന്നത് കണ്ടോ; അടുത്ത ചിത്രത്തിൽ കുന്തം കൊണ്ട് തെഗുമായിയുടെ പുറം മാന്തിപ്പൊളിച്ചിരിക്കുന്നത് കാണാം. കുന്തമെറിയാൻ തയ്യാറെടുത്തു നിൽക്കുന്ന ഒരു മനുഷ്യന്റെ ചിത്രവും; ഗുഹാമുഖത്ത് കുന്തമെറിയുന്ന മനുഷ്യനെയും തുടർന്ന് കാണാം. ഒരുകൂട്ടം ആൾക്കാരെ ചിത്രീകരിച്ചിരിക്കുന്നത് കണ്ടോ (മനുഷ്യരെപ്പോലെ തോന്നിച്ചത്, വാസ്തവത്തിൽ, തഫി വരച്ച നീർനായകളുടെ ചിത്രമായിരുന്നു) അവരൊക്കെ തെഗുമായിയുടെ പിന്നാലെ ആക്രമിക്കാൻ വരുന്നവരാണ്. ശ്ശോ! ഭയങ്കരം തന്നെ!"

തെഷുമായിയുടെ വിശദീകരണം കേട്ടുനിന്ന സ്ത്രീകളൊക്കെയും അത് തലകുലുക്കി സമ്മതിച്ചു.

"അതെയതെ. ഭയങ്കര കഷ്ടമായിപ്പോയി!" എന്നു പറഞ്ഞുകൊണ്ട് ആ സ്ത്രീകളെല്ലാം ചേർന്ന് തെവാരാ ഗോത്രമനുഷ്യന്റെ തലമുടിയിൽ ചളി പുരട്ടാൻ തുടങ്ങി. (ആ സ്ത്രീകളുടെ ഓരോ ചെയ്തികളും അയാളെ അമ്പരപ്പിച്ചുകൊണ്ടിരുന്നു.) അതിനിടയിൽ, അവർ പെരുമ്പറ മുഴക്കി അന്നാട്ടിലെ സകല പ്രമാണിമാരെയും ഗോത്രമുഖ്യനെയും അവിടേക്ക് വിളിച്ചുവരുത്തി. അറിഞ്ഞവരും കേട്ടവരും അവിടേക്ക് അണമുറിയാതെ വന്നുകൊണ്ടിരുന്നു. എല്ലാവരും ചേർന്ന് അപരിചിതനായ ആ മനുഷ്യന്റെ തല ചെത്തിക്കളയാൻ തീരുമാനിച്ചു. എങ്കിലും, അതിനുമുമ്പ് നദിക്കരയിലെവിടെയങ്കിലും തഫിയെ ഒളിപ്പിച്ചു വച്ചിട്ടുണ്ടെങ്കിൽ അയാളെക്കൊണ്ടുതന്നെ അവളെ വീണ്ടെടുക്കാമെന്നും അവർ കൂടിയാലോചിച്ചു.

അതേസമയം, തെവാരാ ഗോത്രമനുഷ്യൻ വല്ലാതെ അസ്വസ്ഥനായി. വരുന്നവരും പോകുന്നവരുമെല്ലാം അയാളുടെ തലയിൽ ചളിപുരട്ടിക്കൊണ്ടിരുന്നു. കുറേപ്പേർ ചേർന്ന് അയാളെ കൂർത്ത ചരൽക്കല്ലിലൂടെ ഉരുട്ടി. ഉരുളുന്നതിനനുസരിച്ച് പുറത്തിരുന്ന ആറ് സ്ത്രീകളും ചാടിയും ചരിഞ്ഞും ഇരുന്നതുകൊണ്ട് ശ്വാസമെടുക്കാൻ അയാൾ വല്ലാതെ കഷ്ടപ്പെടുന്നുണ്ടായിരുന്നു. സർവ്വോപരി അയാൾക്ക് അവരുടെ ഭാഷ തീരെ മനസ്സിലായതുമില്ല. അതുകൊണ്ടുതന്നെ, ചുറ്റുമുണ്ടായിരുന്ന നവീനശിലായുഗ സ്ത്രീകൾ അയാളോടു പറഞ്ഞ അസഭ്യങ്ങളും മനസ്സിലായില്ല.

തെഗുമായിയുടെ ഗോത്രത്തിലെ സകലരും അവിടെ സമ്മേളിക്കുന്നതുവരെ അയാളൊന്നും മിണ്ടിയില്ല. എല്ലാവരും എത്തിച്ചേർന്നെന്നു തോന്നിയ നിമിഷം, അയാൾ എല്ലാവരെയും കൂട്ടി വാഗായ്

നദിക്കരയിലേക്കു നടന്നു. അവിടെ എത്തിയപ്പോഴാകട്ടെ, തഫി ഒരിടത്തിരുന്ന് ജമന്തിമാല കെട്ടുന്നതും, പുതുതായി തട്ടിക്കൂട്ടിയെടുത്ത കുന്തം കൊണ്ട് ചെറിയ കരിമീനുകളെ ഉന്നംപിടിക്കുന്ന തെഗുമായി മറ്റൊരിടത്ത് നിൽക്കുന്നതും കണ്ടതോടെ, തെവാരാ ഗോത്രമനുഷ്യനൊഴികെയുള്ള സകലരും അമ്പരന്നു.

“ഓഹോ, താങ്കൾ ഇത്ര പെട്ടെന്ന് മടങ്ങിയെത്തിയോ? ഇതെന്തിനാ, ഇത്രയും ആൾക്കാരെയും കൂട്ടി വന്നത്? അപ്പാ അപ്പനെ ഞാൻ അതിശയിപ്പിക്കാൻ പോകുന്നെന്ന് നേരത്തേ പറഞ്ഞിരുന്നില്ലേ, അതിതാണ്! എന്താ ഞെട്ടിയോ?”

തഫി തെഗുമായിയോട് ചോദിച്ചു.

“ശരിക്കും ഞെട്ടി. പക്ഷേ, എന്റെ ഒരു ദിവസം തുലച്ചുകളഞ്ഞു. എന്തിനാ മോളേ, നമ്മുടെ ഗോത്രത്തിലെ മുഴുവനാൾക്കാരെയും ഇവിടേക്ക് വിളിച്ചു വരുത്തിയത്?”

തലമുടി മുഴുവൻ ചളിപുരണ്ട അപരിചിതനായ മനുഷ്യന്റെ കൈകളിൽ മുറുകെ പിടിച്ചുകൊണ്ട് തെഷുമായിയും അവളുടെ അയൽക്കാരികളുമായിരുന്നു ഏറ്റവും മുന്നിൽ നടന്നുവന്നത്. അവർക്കു പിന്നിലായി ഗോത്രമുഖ്യൻ, ഉപമുഖ്യൻ, സഹമുഖ്യൻ, സഹായികൾ എന്നിവരായിരുന്നു. അവർക്കു പിന്നിലായി അധികാരശ്രേണിയുടെ വലിപ്പച്ചെറുപ്പമനുസരിച്ചുള്ളവരായിരുന്നു ഉണ്ടായിരുന്നത്. നാലു ഗുഹകൾ സ്വന്തമായുള്ളവർ (ഓരോ ഋതുക്കളിലും ഓരോന്നുവീതം), സ്വകാര്യ ആവശ്യങ്ങൾക്ക് കലമാനുകളെ വളർത്തുന്നവർ, രണ്ടു സാൽമൻ മത്സ്യങ്ങളെയെങ്കിലും ദിവസേന കഴിക്കുന്ന ജന്മികൾ, മഞ്ഞുകാലത്ത് ശരീരം പാതി മറയ്ക്കാൻ കെല്പുള്ളവർ, നെരിപ്പോടിൽ നിന്ന് ഏഴ് വാര മാത്രം അകന്നിരിക്കാൻ വിധിക്കപ്പെട്ടവർ, എന്നിങ്ങനെ സമൂഹത്തിന്റെ നാനാതുറകളിൽപ്പെട്ടവർ അക്കൂട്ടത്തിലുണ്ടായിരുന്നു. എല്ലാവരും അലറുകയും ബഹളമുണ്ടാക്കുകയും ചെയ്യുന്നുണ്ടായിരുന്നു. ആ ശബ്ദകോലാഹലം കേട്ട് അവിടെയുണ്ടായിരുന്ന മീനുകളെല്ലാം ഇരുപത് മൈൽ ദൂരത്തേക്കെങ്കിലും പോയിട്ടുണ്ടാവണമെന്ന് തെഗുമായി ഊഹിച്ചു.

തെഗുമായിയെയും തഫിയെയും കണ്ടമാത്രയിൽ തെഷുമായി ഓടിച്ചെന്ന് സന്തോഷത്തോടെ അവരെ കെട്ടിപ്പിടിച്ച് ചുംബിച്ചു. എന്നാൽ തെഗുമായി ഗോത്രത്തലവൻ അവിടേക്ക് ചെന്ന്, തലയിൽ ഉറപ്പിച്ചിരുന്ന തൂവലുകൾ വിറപ്പിച്ചുകൊണ്ട് തെഗുമായിയോട് ഗൗരവത്തിൽ ചോദിച്ചു:

“പറയ്, പറയ്, പറയ്.... സകലതും വിശദീകരിച്ച് പറയ്!”

തെഗുമായി കാര്യം മനസ്സിലാകാതെ നിന്നു പരുങ്ങി.

“ഞാൻ, ഞാനിവിടെ ജീവനോടെയുണ്ട്! അല്ലാ. എനിക്ക് അറിയാമ്പാടില്ലാത്തോണ്ട് ചോദിക്കുവാ; ഒരാളുടെ മീൻ പിടിക്കാനുള്ള കുന്തം

ഒടിഞ്ഞെന്നു കരുതി എല്ലാവരും കൂടി നാട്ടിൽ നിന്ന് ഇങ്ങോട്ട് കെട്ടിയെടുത്തത് എന്തിനാ? മനുഷ്യനെ വെറുതെ ശല്യപ്പെടുത്താതിരുന്നൂടേ നിങ്ങൾക്ക്?"

"അപ്പന്റെ കറുത്തപിടിയുള്ള കുന്തമെടുക്കാനല്ലേ ഇയാളെ ഞാന വിടേക്ക് പറഞ്ഞയച്ചത്? എനിക്ക് നിങ്ങളവിടെപ്പോയി എന്തു കുന്തമാണ് ചെയ്തോണ്ടിരുന്നത്, എന്റെ അപരിചിത മനുഷ്യാ?"

തഫിയുടെ ചോദ്യത്തിനിടയിലും രണ്ടും മൂന്നും പത്തും കൈവിരൽ കൊണ്ടുള്ള കുത്തുകൾ വീതം അപരിചിത മനുഷ്യന് ദേഹമാസകലം കിട്ടുന്നുണ്ടായിരുന്നു. തഫിയുടെ ചോദ്യം കേട്ട ദിക്കിലേക്ക് അയാളാടു കണ്ണുകൾ ഉരുണ്ടു. ഉരുണ്ടു എന്നു മാത്രമേയുള്ളൂ കാണാനായില്ല.

"എവിടെ, എവിടെയാണ് നിങ്ങളെ കുത്തിപരിക്കേൽപ്പിച്ച ദുഷ്ട മനുഷ്യർ? അവന്മാരെ ഞാനിന്ന്..."

തെഷുമായി ആകാംക്ഷയോടെ തെഗുമായിയോട് ചോദിച്ചു.

"ഇവിടങ്ങനെ ആരുമില്ല. ഇന്നത്തെ ദിവസം ഞാനാകെ കണ്ടുമുട്ടിയ അപരിചിതനായ സാധുമനുഷ്യനെയാണ് നിങ്ങളിപ്പോൾ കൊല്ലാക്കൊല ചെയ്യുന്നത്. നിങ്ങൾക്കൊക്കെ എന്താ പറ്റിയത്? എല്ലാവർക്കും കൂട്ടത്തോടെ വട്ടായോ?"

തെഗുമായിയുടെ ചോദ്യം തെഷുമായിയോടായിരുന്നെങ്കിലും മറുപടി പറഞ്ഞത് ഗോത്രത്തലവനാണ്.

"അയാളിന്നൊരു ഭയങ്കര ചിത്രവുമായ വന്നു; നിന്നെ കുന്തം കൊണ്ട കുത്തി മുറിവേല്പിക്കുന്നതുപോലെയുള്ള ഒരു ചിത്രം."

"അത്..., അതൊരുപക്ഷേ, ഞാൻ കൊടുത്തയച്ച ചിത്രമായിരിക്കും. ഞാൻ.... ഞാനത്...."

തഫി പൂർത്തിയാക്കാനാവാതെ നിന്നു പരുങ്ങി.

"നീയോ? 'കൈയിലിരിപ്പുകൊണ്ട് തല്ല് എരന്നുവാങ്ങുന്ന കുട്ടി'യായ നീയോ?

തെഗുമായി ഗോത്രത്തിലെ സകലരും ഒരുമിച്ചായിരുന്നു ആ ചോദ്യം ചോദിച്ചത്.

"മോളേ തഫീ, നീയെന്തോ കുരുത്തക്കേട് ഒപ്പിച്ചെന്ന് അപ്പന് മനസ്സിലായി. സംഗതി കൂടുതൽ വഷളാകും മുമ്പ് എല്ലാം തുറന്ന് പറഞ്ഞേക്ക്. അതാ നല്ലത്!"

"പറയ്, പറയ്, പറയ്.... സകലതും വിശദീകരിച്ച് പറയ്!"

ഗോത്രത്തലവൻ വീണ്ടും ചാടിത്തുള്ളിക്കൊണ്ട് ഒറ്റക്കാലിൽ നിൽക്കാൻ തുടങ്ങി.

"അപ്പന്റെ കുന്തമെടുത്തുകൊണ്ടുവരാൻ ഞാനീ അപരിചിത മനുഷ്യ നോടാവശ്യപ്പെട്ടു. അതിനുവേണ്ടി വരച്ച ചിത്രങ്ങളാണിതെല്ലാം. ഒരു പാട് കുന്തങ്ങളൊന്നുമില്ല, ഒരെണ്ണം മാത്രമേയുള്ളൂ. ഞാനതൊന്ന് ഉറപ്പിക്കാൻ വേണ്ടി മൂന്ന് തവണ വരച്ചെന്നുമാത്രം. പഴയൊരു കുന്തം അപ്പന്റെ മുതുകിൽ തുളച്ചുകയറിയത് വരച്ചതാണ്; അല്ലാതെ കുന്തം അപ്പന്റെ തലയിൽ കുത്തിക്കയറിയതൊന്നുമല്ല. അമ്മ കരുതിയ ദുഷ്ട മനുഷ്യരുണ്ടല്ലോ, ശരിക്കും ഞാനുദ്ദേശിച്ചത് നീർനായകളെയാണ്; ഗുഹ യിലേക്കു പോകുംവഴിയുള്ള ചതുപ്പിൽ പാർക്കുന്ന നീർനായകളെ. ഗുഹയ്ക്കു മുന്നിൽ അമ്മ കൂടുതൽ ഉദാരമതിയാകുമെന്നാണ് ഞാൻ വിചാരിച്ചത്. എന്നാൽ ഇപ്പോളെനിക്കു തോന്നുന്നത് ഈ ലോകത്തിലെ ഏറ്റവും വങ്കത്തരം കാണിക്കുന്ന മന്ദബുദ്ധികൾ നിങ്ങളായിരിക്കു മെന്നാണ്! അപരിചിതനായ ആ മനുഷ്യനുണ്ടല്ലോ, അയാളൊരു നല്ല മനുഷ്യനാണ്. നിങ്ങൾ, നിങ്ങളെന്തിനാണ് അയാളുടെ തല നിറയെ ചളി കോരിയൊഴിച്ചത്? വേഗം അതൊക്കെ കഴുകിക്കളയണം!"

തഫിയുടെ വാക്കുകൾ കേട്ട് കുറേനേരത്തേക്ക് ആരുമൊന്നും മിണ്ടി യില്ല. അവർക്കിടയിൽ നിന്ന് ആദ്യം ചിരിച്ചുതുടങ്ങിയത് ഗോത്രത്തലവ നായിരുന്നു. ആ ചിരി മറ്റുള്ളവരിലേക്ക് പടരാൻ അധികനേരം വേണ്ടി വന്നില്ല. ഗോത്രത്തലവന്റെ ചിരികണ്ട് അപരിചിതനും ചിരിപൊട്ടി. ചിരിച്ചു ചിരിച്ച് നദിക്കരയിൽ കുഴഞ്ഞുവീഴും വരെ തെഗുമായി ചിരിച്ചു. അങ്ങനെ തെഗുമായി ഗോത്രം മുഴുവൻ ആർത്തട്ടഹസിച്ച് ചിരിക്കാൻ തുടങ്ങി. അവിടമാകെ ചിരി മുഴങ്ങിക്കേൾക്കുന്നതിനിടയിലും ചിലർ മാത്രം അക്കൂട്ട ത്തിൽ ചിരിക്കാതെ നിന്നു. അത് മറ്റാരുമായിരുന്നില്ല, തെഷുമായിയും അവളുടെ അയൽക്കാരികളുമായിരുന്നു. അവർക്ക് തങ്ങളുടെ ഭർത്താ ക്കന്മാരോട് ആദരവും ബഹുമാനവും വേണ്ടുവോളം ഉള്ളതുകൊണ്ട് ശബ്ദം താഴ്ത്തി ഒരേ സ്വരത്തിൽ പറഞ്ഞു:

"മന്ദബുദ്ധികൾ!"

ഗോത്രത്തലവൻ ചിരിച്ചുചിരിച്ച് കരയാൻ തുടങ്ങി. എന്നിട്ട് അയാൾ ഉറക്കെ നിലവിളിച്ചു:

"അല്ലയോ, 'കൈയിലിരിപ്പുകൊണ്ട് തല്ല് എരന്നുവാങ്ങുന്ന കുട്ടീ', നീ മഹത്തായ ഒരു കണ്ടുപിടിത്തമാണ് നടത്തിയിരിക്കുന്നത്!"

"അയ്യോ, ഒന്നും ബോധപൂർവ്വം ചെയ്തതല്ല. അപ്പന്റെ കറുത്തപിടി യുള്ള കുന്തം ഇവിടെയെത്തിക്കാൻ വേണ്ടി...... ചെയ്തതാണ്!"

തഫി പൂർത്തിയാക്കും മുമ്പ് ഗോത്രത്തലവൻ വീണ്ടും ഇടപെട്ടു.

"അതൊന്നും കാര്യമാക്കണ്ടാ, ഇതൊരു മഹത്തായ കണ്ടുപിടിത്തം തന്നെ. ഒരുകാലത്ത് മനുഷ്യർ ഇതിനെ എഴുത്ത് എന്നു വിളിക്കും. ഇപ്പോൾ ഇത് വെറും ചിത്രങ്ങൾ മാത്രം. ഒരുപക്ഷേ, പൂർണ്ണമായി

മനസ്സിലാക്കാനായില്ലെന്നും വന്നേക്കാം. എന്നാൽ, ഒരു സമയം വരും; പ്രിയപ്പെട്ട തെഗുമായിക്കുട്ടീ, അന്ന് നമ്മളിതിനെ അക്ഷരങ്ങളാക്കി മാറ്റും. അന്ന് എല്ലാവർക്കും എഴുതാനും വായിക്കാനും കഴിയും. അന്ന് നമുക്ക് തെറ്റുകൂടാതെ സംസാരിക്കാനും അർത്ഥം മനസ്സിലാക്കിക്കൊടുക്കാനും കഴിയും.... ഇനി, നവീന ശിലായുഗത്തിലെ സ്ത്രീകളെല്ലാം ചേർന്ന് അപരിചിതനായ ആ മനുഷ്യന്റെ തലയിലെ ചളി കഴുകിക്കളയൂ!"

"എനിക്കതിൽ സന്തോഷമേയുള്ളൂ. അതിലുപരി, നിങ്ങളെല്ലാവരും ഗോത്രത്തിലെ മുഴുവൻ കുന്തങ്ങളും ഇവിടെയെത്തിച്ചിട്ടുണ്ട്; എന്റെ അപ്പന്റെ കറുത്തപിടിയുള്ള കുന്തമൊഴികെ!" തഫി ചിരിച്ചുകൊണ്ടു പറഞ്ഞു.

"തഫിക്കുഞ്ഞേ, അടുത്തതവണ നീയിതുപോലെ ചിത്രാക്ഷരങ്ങൾ എഴുതി അയയ്ക്കുമ്പോൾ അത് നമ്മുടെ ഭാഷയറിയാവുന്ന ഒരാളെ ഏല്പിക്കുന്നതാണ് നല്ലത്. കാരണം, അയാൾക്കത് വിശദീകരിക്കാൻ സാധിക്കുമല്ലോ? എന്റെ കാര്യം വിടൂ, ഞാൻ ഗോത്രത്തലവനാണെന്നു കരുതാം; ഗോത്രത്തിലെ മറ്റുള്ളവരോട് എനിക്കൊരു അനിഷ്ടം തോന്നുന്നുണ്ട്. നിങ്ങൾ എന്തൊക്കെ ചെയ്താണ് ആ പാവം അപരിചിതമനുഷ്യനെ ദണ്ഡിപ്പിച്ചത്?"

ഗോത്രത്തലവന്റെ വാക്കുകൾ എല്ലാവരെയും വേദനിപ്പിച്ചു.

അങ്ങനെ, അന്നുമുതൽ തികച്ചും മാന്യനായ തെവേര ഗോത്രത്തിൽപ്പെട്ട അപരിചിതനായ ആ മനുഷ്യനെ തെഗുമായി ഗോത്രത്തിൽ ചേർത്തുകൊള്ളാൻ അവർ തീരുമാനിച്ചു. അയാൾ മാന്യനായതു കൊണ്ടുതന്നെ തന്നോട് ദ്രോഹം ചെയ്ത ഗോത്രത്തിലെ സ്ത്രീകളോട് യാതൊരു അനിഷ്ടവും പ്രകടിപ്പിച്ചതുമില്ല.

അന്നുമുതൽ ഇന്നേ ദിവസം വരെ (എനിക്കു തോന്നുന്നത് എല്ലാം തഫിയുടെ തെറ്റാണെന്നാണ്), വളരെക്കുറച്ച് പെൺകുട്ടികൾ മാത്രമേ എഴുത്തും വായനയും പഠിക്കാൻ താത്പര്യം കാണിക്കുന്നുള്ളൂ. മിക്കവരും ഇഷ്ടപ്പെടുന്നത് ചിത്രം വരയ്ക്കാനും, അവരുടെ പിതാക്കന്മാരോ ടൊപ്പം കളിക്കാനുമാണ് - തഫിയെപ്പോലെ! ∎

അക്ഷരമാല ഉണ്ടായ കഥ

കൃത്യം ഒരാഴ്ച കഴിഞ്ഞ്, തഫിമായി മെറ്റലുമായി (നമുക്കവളെ 'തഫി' എന്നു തന്നെ വിളിക്കാം, അല്ലേ ചങ്ങാതിമാരേ?) വീണ്ടും അവളുടെ അപ്പനോടൊപ്പം മീൻ പിടിക്കാൻ പോയി. മുമ്പൊരിക്കൽ അവളുടെ അപ്പന്റെ കുന്തമൊടിഞ്ഞതും, അത് വീട്ടിലറിയിക്കാൻ തെവേര ഗോത്രത്തിൽപ്പെട്ട അപരിചിതനായ മനുഷ്യന്റെ കൈവശം ചിത്രമെഴുത്ത് കൊടുത്തയച്ചതും അതിനെത്തുടർന്നുണ്ടായ പുകിലുകളും ഓർക്കുന്നുണ്ടാകുമല്ലോ? ആ സംഭവത്തിനുശേഷം മകളെ പുറത്തേക്ക് വിടുന്നതിൽ അവളുടെ അമ്മ ഒട്ടും താത്പര്യം കാട്ടിയില്ല. ഗുഹാമുഖത്തെ ജോലികൾ ചെയ്യാൻ തഫിയെ ചട്ടംകെട്ടിയിരുന്നെങ്കിലും, അമ്മയുടെ കണ്ണ് തെറ്റുമ്പോഴൊക്കെ അവൾ അപ്പനോടൊപ്പം മീൻപിടിക്കാൻ ചാടിപ്പോകുമായിരുന്നു.

അങ്ങനെയുള്ള ഒരുദിവസം, അപ്പനോടൊപ്പം നടക്കുന്നതിനിടയിൽ തഫി എന്തോ ആലോചിച്ച് തനിയെ ചിരിക്കാൻ തുടങ്ങി.

തഫിയുടെ അപ്പന് അത് കണ്ട് ദേഷ്യം വന്നു.

"ദേ, കളിയെടുക്കരുത് കൊച്ചേ!"

"അല്ലാ, ഞാനാലോചിക്കുകയായിരുന്നു..... അന്ന് ഗോത്രത്തലവൻ പറഞ്ഞവാക്കുകളും, അപരിചിത മനുഷ്യന്റെ ചളിമൂടിയ തലയും ഓർക്കുന്നില്ലേ? അത്......"

തഫി പറഞ്ഞു തുടങ്ങിയപ്പോൾ തന്നെ തെഗുമായി മറുപടി കൊടുത്തു:

"കൊള്ളാം; അതൊക്കെ എങ്ങനെ മറക്കും? അന്ന് രണ്ട് പുള്ളിമാൻ തോലുകളാണ് ഞാനയാൾക്ക് നഷ്ടപരിഹാരമായി കൊടുത്തത്. അതിലൊരെണ്ണം ഞൊറിവുള്ളതുമായിരുന്നു."

"അതിന് നമ്മളൊന്നും ചെയ്തില്ലല്ലോ. എല്ലാം ചെയ്തുകൂട്ടിയത് അമ്മയും അയൽക്കാരികളും അവരുപയോഗിച്ച ചളിയുമല്ലേ?"

"തത്കാലം ആ വിഷയം മറക്കുന്നതാണ് നിനക്കു നല്ലത്. നീ വന്ന് ഉച്ചഭക്ഷണം കഴിക്കാൻ നോക്ക്!"

തെഗുമായിയുടെ ചൂടൻ പ്രതികരണം കേട്ടതോടെ തഫി നിശ്ശബ്ദമായി പത്തുമിനിട്ട് നേരം ഒരു ഇറച്ചിക്കഷണവുമായി അല്പമകലെ മാറിയിരുന്നു.

ആ സമയം തെഗുമായി പൂവരശിന്റെ പുറന്തൊലി സ്രാവിന്റെ പല്ലുകൾകൊണ്ട് ചീന്തിയെടുക്കുകയായിരുന്നു.

പത്ത് മിനിട്ട് പൂർത്തിയായതോടെ, തഫി വിചിത്രമായ ഒരാവശ്യവുമായി എഴുന്നേറ്റു.

"അപ്പാ, എനിക്കൊരുഗ്രൻ സൂത്രം തോന്നുന്നു. അപ്പൻ ഒരു ശബ്ദമുണ്ടാകുമോ - എന്തെങ്കിലുമൊരു ശബ്ദം."

"ആഹ്! എന്താ അതുമതിയോ?"

"മതി. അപ്പനെ ഇപ്പോൾ കണ്ടാൽ കരിമീൻ വാപൊളിക്കുന്നതുപോലെയുണ്ട്. ശരി. ഒന്നുകൂടി ശബ്ദമുണ്ടാക്കിയേ..."

"ആഹ്! ആഹ്! ആഹ്! ഇത്തരം നെറികേട് നീ എന്നോട് കാണിക്കരുത്, മോളേ!"

"സത്യമായിട്ടും, ഞാൻ മര്യാദകേട് കാണിച്ചതൊന്നുമല്ല. ഞാൻ നേരത്തെ പറഞ്ഞില്ലേ, ഇതൊക്കെ ആ സൂത്രത്തിന്റെ ഭാഗമാണ്. അപ്പനൊരു കാര്യം ചെയ്യ്, അല്പം മുമ്പ് വാപൊളിച്ചതുപോലെ ഒന്നുകൂടി കാണിക്കാമോ... ഞാനതൊന്ന് വരച്ചെടുക്കട്ടെ, കരിമീൻ വാപൊളിക്കും പോലെ!"

"അതെന്തിനാ?"

"നോക്കൂ, ഞാനിത് ഈ മരത്തോലിലേക്ക് വരച്ചിടുകയാണ്. ഇനി ഞാനീ അടയാളം എവിടെയെങ്കിലും ഉപയോഗിച്ചാൽ.... ഉദാഹരണത്തിന് കരിമീൻ വാപൊളിക്കുംപോലെയുള്ള ഈ ചിത്രം ഗുഹയ്ക്കു പിന്നിൽ വരച്ചാൽ - അമ്മ അതിനെ ഒരുപക്ഷേ ഗൗനിക്കുകയില്ല - 'ആഹ്' എന്ന ശബ്ദത്തെ സൂചിപ്പിക്കാനാണ് അതെന്ന് ഓർത്തുകൊള്ളണം. കളിയായി, ചിലപ്പോഴൊക്കെ നിങ്ങളെ പേടിപ്പിക്കാൻ ഇരുളിൽ പതുങ്ങി നിന്ന് ചാടിവീഴുമ്പോഴും; കഴിഞ്ഞ മഞ്ഞുകാലത്ത് നീർനായകളുടെ ചതുപ്പിൽ വീണുപോയപ്പോഴും ഞാനുണ്ടാക്കിയ ശബ്ദമില്ലേ, അതുതന്നെയാണീ... 'ആഹ്!' മനസ്സിലായോ?"

തഫിയുടെ വാക്കുകൾ കേട്ട തെഗുമായി അദ്ഭുതത്തോടെ അവളെ നോക്കി.

"ശരിക്കും? പക്ഷേ, ഈ ശബ്ദം മുതിർന്നവർ പുറപ്പെടുവിക്കുന്നത് അവർ അതീവ ശ്രദ്ധാലുക്കളായിരിക്കുമ്പോഴാണ്. നീ അതൊന്നും കാര്യമാക്കാതെ തുടർന്നോളൂ."

"ഓ, കരിമീൻ വാ പൊളിക്കുന്നത് അതേപടി വരയ്ക്കാൻ എനിക്കു കഴിഞ്ഞില്ല. എങ്കിലും ഈ ചിത്രം ഏതാണ്ടതുപോലെ തോന്നുന്നില്ലേ?

ചളിയിൽ തലപൂഴ്ത്തിയിരിക്കുന്ന കരിമീനിനെപ്പോലെയെങ്കിലും തോന്നുന്നില്ലേ? അതുമതി. ഇതേതായാലും അതിന്റെ വായാണെന്ന് കരുതിയാൽ മതി. ഇതിന്റെ അർത്ഥം 'ആഹ്!' എന്നാണ് കേട്ടോ?"

അങ്ങനെ പറഞ്ഞുകൊണ്ട് മരവുരിയിൽ ആ ചിത്രം പൂർത്തിയാക്കി.

"തരക്കേടില്ല! എങ്കിലും തുറന്ന വായുടെ കുറുകെ കരിമീനിന്റെ തുമ്പിക്കൊമ്പ് വരയ്ക്കാൻ നീ മറന്നു."

"എനിക്കത് വരയ്ക്കാനറിയില്ല, അതുകൊണ്ടാ...."

"വായുടെ കുറുകെയുള്ള തുമ്പിക്കൊമ്പ് വരച്ചില്ലെങ്കിൽ അത് കരിമീനാണെന്ന് തിരിച്ചറിയാൻ കഴിയില്ല. കാരണം, പുഴമീനുകൾക്കും മറ്റു മത്സ്യങ്ങൾക്കും തുമ്പിക്കൊമ്പില്ല. ഇങ്ങോട്ട് നോക്കൂ, ദേ, ഇതുപോലെ വരച്ചാൽ മതി." എന്നു പറഞ്ഞുകൊണ്ട് തെഗുമായി തുറന്നവായും, വായുടെ കുറുകെ തുമ്പിക്കൊമ്പുമുള്ള കരിമീനിന്റെ രൂപം തഫിയെ വരച്ചുകാട്ടി. അതിന് ഇംഗ്ലീഷ് അക്ഷരമാലയിലെ 'എ'യുടെ ഛായയുണ്ടായിരുന്നു.

"ഇങ്ങനെ കണ്ടാൽ മനസ്സിലാകുമെങ്കിൽ, ഞാനീ രൂപത്തെ തന്നെ പകർത്തിക്കൊള്ളാം."

തെഗുമായി വരച്ചരൂപം തഫി പകർത്തിയെടുത്തു.

"ഇതുകൊള്ളാം, നന്നായിട്ടുണ്ട്! ഈ രൂപം ഇനി എവിടെയെങ്കിലും കണ്ടാൽ; അല്ലെങ്കിൽ 'ആഹ്!' എന്ന ശബ്ദം കേട്ടാൽ എനിക്ക് തിരിച്ചറിയാൻ സാധിക്കും."

"എന്നാലിനി വേറൊരു ശബ്ദം കേൾപ്പിക്കാമോ?"

തഫി അഭിമാനത്തോടെ തെഗുമായിയോട് ചോദിച്ചു .

"യാഹ്!"

തെഗുമായ് ഉറക്കെ ശബ്ദമുണ്ടാക്കി.

"ഹും. അതൊരു കലർപ്പുള്ള ശബ്ദമാണല്ലോ. അതിന്റെ അവസാന ഭാഗം, ആഹ് - കരിമീനിന്റെ വായ എന്നായിപ്പോയി. നമുക്കൊരു കാര്യം ചെയ്യാം, ആ ശബ്ദത്തിൽ ആദ്യഭാഗം ഉപയോഗിക്കാം, എന്താ? യേ - യേ - യേ പിന്നെ ആഹ് - ആഹ്! അങ്ങനെ ആ ശബ്ദങ്ങളെ വേർപെടുത്തിയെടുക്കാം."

മകളുടെ അഭിപ്രായത്തോട് തെഗുമായി പൂർണമായും യോജിച്ചു.

"ശരിയാണ്. അത് കരിമീൻ വായ പോലുള്ള ശബ്ദം തന്നെയാണ്. കരിമീനിന്റെ മറ്റേതെങ്കിലുമൊരു ഭാഗം ഇതോടൊപ്പം കൂട്ടിച്ചേർത്താൽ എങ്ങനെയുണ്ടാകും?" തെഗുമായി ആവേശഭരിതനായി.

"അതുവേണ്ടാ. അങ്ങനെ കൂട്ടിച്ചേർത്താൽ ഞാൻ മറന്നു പോകും. അത് പ്രത്യേകം തന്നെ വരയ്ക്കാം. അതിന്റെ വാല് വരയ്ക്കാം. തല

യുയർത്തി നിൽക്കുമ്പോൾ കരിമീനിന്റെ വാലുതന്നെയാണ് ആദ്യം വരുന്നത്; മാത്രമല്ല, വാല് എനിക്ക് എളുപ്പം വരയ്ക്കാനും കഴിയും."

തഫി ആത്മവിശ്വാസം പ്രകടിപ്പിച്ചു.

"അതുകൊള്ളാം. കരിമീനിന്റെ വാലുതന്നെയാണ് 'യേ' ശബ്ദത്തിന്റെ അടയാളം."

തെഗുമായി കരിമീനിന്റെ വാലുവരച്ചു.

"ഇനി ഞാനൊന്നു ശ്രമിച്ചുനോക്കട്ടെ! പക്ഷേ, എനിക്ക് അപ്പനെപ്പോലെ വരയ്ക്കാൻ കഴിയുമെന്നു തോന്നുന്നില്ല. അതുകൊണ്ട്, രണ്ടായി വേർതിരിഞ്ഞ് മുകളിലേക്ക് നിൽക്കുന്ന ഭാഗത്തിന്റെ താഴോട്ട് ഞാനൊരു രേഖ വരയ്ക്കുകയാണ്."

എന്നു പറഞ്ഞുകൊണ്ട് ഇംഗ്ലീഷ് അക്ഷരമാലയിലെ 'വൈ'യുടെ ഛായയുള്ള ഒരു രൂപം തഫി വരച്ചു.

അത് കണ്ടതോടെ തെഗുമായിയുടെ കണ്ണുകൾ അദ്ഭുതംകൊണ്ട് തിളങ്ങി.

നന്നായിട്ടുണ്ട്, അല്ലേ? എന്നാൽ അപ്പനിനി വേറൊരു ശബ്ദമുണ്ടാക്കുമോ?"

തഫിയുടെ ചോദ്യം കേൾക്കേണ്ട താമസം തെഗുമായി ഉറക്കെ ഒച്ചയുണ്ടാക്കി:

"ഓ!"

അത് വളരെ എളുപ്പമാണ്. ആ ശബ്ദമുണ്ടാക്കിയപ്പോൾ അപ്പന്റെ വായയ്ക്ക് ഒരു മുട്ടയുടെയോ, ഉരുളൻ കല്ലിന്റെയോ ആകൃതിയായിരുന്നു. അതുകൊണ്ട് ആ ശബ്ദത്തിനുള്ള സൂചകമായി നമുക്ക് മുട്ടയോ ഉരുളൻകല്ലോ ഉപയോഗിക്കാം." തഫി നിസ്സാരമട്ടിൽ പറഞ്ഞു.

"പക്ഷേ, എല്ലായ്പ്പോഴും മുട്ടയോ ഉരളൻകല്ലോ കണ്ടെത്താൻ പ്രയാസമായിരിക്കും. അതുകൊണ്ട് വൃത്താകൃതിയിൽ ഉരച്ചെടുത്ത എന്തെങ്കിലുമൊന്നിനെ സങ്കല്പിക്കുന്നതാണ് നല്ലത്."

എന്നു പറഞ്ഞുകൊണ്ട് തെഗുമായി ഇംഗ്ലീഷ് അക്ഷരമാലയിലെ 'ഒ'യുടെ രൂപസാദൃശ്യമുള്ള ഒരു ചിത്രം വരച്ചു.

"ഉഷാറായിട്ടുണ്ട്! നമ്മൾ ഇതിനോടകം തന്നെ ഒരുപാട് ശബ്ദചിത്രങ്ങൾ രൂപപ്പെടുത്തിക്കഴിഞ്ഞു. കരിമീനിന്റെ വായ, കരിമീനിന്റെ വാല്, പിന്നെ മുട്ടയും! ഇനി മറ്റൊരു ശബ്ദമുണ്ടാക്കാമോ, അപ്പന്?"

"സ്ശ്...!"

ശബ്ദം കേട്ടതോടെ തഫി നെറ്റിചുളിച്ച് തെഗുമായിയെ നോക്കി.

"അത് വളരെ എളുപ്പമാണ്."

"ങേ, എന്താ?, ഞാൻ..... ചിന്തിച്ചുകൊണ്ടിരുന്നപ്പോൾ നീ ശല്യപ്പെടുത്താതിരിക്കാൻ വേണ്ടിയാണ് അങ്ങനെയൊരു ശബ്ദമുണ്ടാക്കിയത്."

"അത് ശരിക്കും പാമ്പ് ചീറ്റുന്ന ശബ്ദം പോലെ തന്നെയായിരുന്നു. ശല്യപ്പെടുത്താതിരിക്കാൻ ആവശ്യപ്പെടുന്ന ശബ്ദവും അതുപോലെ തന്നെ. ഇനിയിപ്പോൾ എന്താ ചെയ്യുക?"

എന്നു പറഞ്ഞുകൊണ്ട് ഇംഗ്ലീഷ് അക്ഷരമാലയിലെ 'എസ്സി'നോട് സാദൃശ്യമുള്ള ഒരു പാമ്പിന്റെ ചിത്രം വരച്ചു.

"അതുതന്നെയാണ് പുതിയ സൂത്രം. ഗുഹയുടെ പുറത്തെവിടെയെങ്കിലും ഇതുപോലൊരു പാമ്പിന്റെ രൂപം കണ്ടാൽ മനസ്സിലാക്കുന്നത് അപ്പനെന്തോ ഗാഢമായി ചിന്തിക്കുകയാണെന്നായിരിക്കും; അതോടെ ഞാൻ പരിപൂർണമായും നിശ്ശബ്ദയാകും. ഇനി, അപ്പൻ മീൻപിടിക്കുന്നതിനിടയിൽ നദിക്കരയിലുള്ള ഏതെങ്കിലുമൊരു മരത്തിന്മേലാണ് ഈ ചിത്രം കാണുന്നതെങ്കിൽ, ഞാനൊരു പൂച്ചയെപ്പോലെ പതുങ്ങി പതുങ്ങി നടന്നുകൊള്ളാം." തഫിയുടെ വാക്കുകൾ തെഗുമായിയെ ആവേശഭരിതനാക്കി.

"നീ പറഞ്ഞുവരുന്നത് കളിയല്ല കേട്ടോ! തെഗുമായി ഗോത്രമനുഷ്യർ തീക്കല്ലിനു പകരം സ്രാവിന്റെ പല്ല് കുന്തമുനയായി ഉപയോഗിക്കാൻ തുടങ്ങിയതിനേക്കാൾ മഹത്തരമായ കണ്ടുപിടിത്തമാണ് എന്റെ മകൾ നടത്തിയിരിക്കുന്നത്. എനിക്കുറപ്പുണ്ട്, നമ്മൾ കണ്ടെത്തിയിരിക്കുന്നത് ലോകത്തിലെ ഏറ്റവും വലിയ രഹസ്യം തന്നെയാണ്." തെഗുമായി പറഞ്ഞതുകേട്ട് തഫി അത്യധികം ഉത്സാഹവതിയായി.

"അതെന്താ"

"ഞാൻ വിശദമായി പറഞ്ഞുതരാം, തെഗുമായി ഭാഷയിൽ വെള്ളത്തിന് എന്താണ് പറയുന്നതെന്ന് നിനക്കറിയാമല്ലോ? അതെ. 'യ' എന്നു തന്നെ. അതുതന്നെയാണല്ലോ വാഗായി നദിക്കും പറയുന്നത്. കുടിക്കാൻ കൊള്ളാത്ത, കറുത്ത ചളിവെള്ളത്തിന് 'യോ' എന്നും പറയുന്നു. അങ്ങനെയെങ്കിൽ, നീർനായകൾ മാത്രം കഴിയുന്ന ചതുപ്പിന് സമീപത്തായി ഒരു കരിമീൻ വാലും ഒരു മുട്ടയും ചേർത്ത് വരച്ചാൽ രണ്ട് ശബ്ദങ്ങൾ ചേർന്നു വരും. അത് 'യോ' എന്നു തന്നെയായിരിക്കും വായിക്കുന്നത്. 'യോ'യുടെ അർത്ഥം കുടിക്കാൻ കൊള്ളാത്ത വെള്ളം എന്നുതന്നെയാണല്ലോ...."

തെഗുമായി പൂർത്തിയാക്കുന്നതിന് മുമ്പ് തഫി ഇടയ്ക്കുകയറി.

"ശരിയാണ്. അങ്ങനെയൊരു സൂചനയുണ്ടെങ്കിൽ ഞാനെന്നല്ല മറ്റാരും ആ വെള്ളം കുടിക്കില്ല. കരിമീന്റെ വാലും മുട്ടയും രേഖപ്പെടുത്തുന്നതുകൊണ്ടുള്ള പ്രയോജനം ശരിക്കുമെന്നെ അദ്ഭുതപ്പെടുത്തുന്നു.

വേഗം, നമുക്കിത് അമ്മയോടുകൂടി പറയണം." തഫി സന്തോഷംകൊണ്ട് തെഗുമായിക്കു ചുറ്റും നൃത്തം ചെയ്യാൻ തുടങ്ങി.

"കഴിഞ്ഞിട്ടില്ല. നമുക്കിനിയും ഏറെ മുന്നോട്ടു പോകാനുണ്ട്. 'യോ' എന്നുവച്ചാൽ ദുഷിച്ച വെള്ളം എന്ന് അർത്ഥം കണ്ടെത്താമെങ്കിൽ, 'സോ' എന്നതിന് തീയിൽ പാകംചെയ്ത ഭക്ഷണം എന്നും അർത്ഥം കല്പിച്ചുകൂടേ?"

എന്നു ചോദിച്ചുകൊണ്ട് തെഗുമായി ഒരു പാമ്പിന്റെയും ഒരു മുട്ടയുടെയും ചിത്രം വരച്ചു.

"ശരി. പാമ്പും മുട്ടയും കണ്ടാൽ അത്താഴം തയ്യാറായി എന്നു കണക്കാക്കാം. ഒരു മരത്തിന്മേലാണ് പാമ്പും മുട്ടയും ചിത്രങ്ങൾ പതിച്ചിരിക്കുന്നതെങ്കിൽ ഗുഹയിലേക്ക് മടങ്ങാനുള്ള നേരമായി എന്നും കരുതാം."

"എന്റെ സുന്ദരിക്കുട്ടീ, നീ പറഞ്ഞതെല്ലാം അക്ഷരംപ്രതി ശരിയാണ്. എങ്കിലും, ഒരു നിമിഷം! 'സോ' എന്നതിനുപകരം 'ഷോ' എന്ന ശബ്ദമാണെങ്കിൽ അർത്ഥം മാറിപ്പോവുകയില്ലേ, എന്നൊരു ആശങ്ക."

"അതെന്തെങ്കിലുമാകട്ടെ, പാമ്പും മുട്ടയും കണ്ടാൽ അത്താഴം തയ്യാറായി എന്നുമാത്രമേ ഞാൻ കരുതൂ."

"നീയും നിന്റെ അമ്മയെപ്പോലെ തന്നെ. ഏതായാലും, 'ഷോ'യെ സൂചിപ്പിക്കാൻ പുതിയ ചിത്രരൂപം കണ്ടെത്തേണ്ടിയിരിക്കുന്നു. ഒരുകാര്യം ചെയ്യാം, ശരീരം നിറയെ പുള്ളികളുള്ള പാമ്പിനെ വരച്ച് ഷ് - ഷ് ശബ്ദം രേഖപ്പെടുത്താം. പുള്ളികളില്ലാത്ത സാധാരണ പാമ്പ് രൂപങ്ങൾ സ് - സ് നു വേണ്ടിയും നിൽക്കട്ടെ!"

"പാമ്പിന്റെ ദേഹത്ത് പുള്ളികൾ വരയ്ക്കുന്നതെങ്ങനെയെന്ന കാര്യത്തിൽ എനിക്കത്ര ഉറപ്പില്ല. എന്നു മാത്രമല്ല, തിടുക്കത്തിൽ പുള്ളി വരയ്ക്കാൻ കഴിയാതെ വന്നാൽ 'ഷോ' ശബ്ദം 'സോ' ശബ്ദമായി മാത്രം. അങ്ങനെ വന്നാൽ രണ്ടിന്റെയും അർത്ഥംകൂടി മാറിപ്പോകും. അതു പാടില്ല! അതുകൊണ്ട് നമുക്കൊരു കാര്യം ചെയ്യാം, 'ഷോ' എന്ന ശബ്ദത്തിന് ആദ്യം പാമ്പിനെയും അതിനെത്തുടർന്ന് ഒരു ചുള്ളിക്കമ്പും വരയ്ക്കാം. എന്തു പറയുന്നു."

എന്നു ചോദിച്ചുകൊണ്ട് തഫി ഒരു പാമ്പിനെയും ചുള്ളിക്കമ്പിനെയും വരച്ചു.

"ഒരുപക്ഷേ ഇതാണ് ഏറ്റവും സുരക്ഷിതമായ മാർഗ്ഗം. ശരിക്കും ഇത് നമ്മുടെ ചുള്ളിക്കമ്പുപോലെ തന്നെ! എന്നാലിനി ഞാൻ മറ്റൊരു ശബ്ദമുണ്ടാക്കുകയാണ്. 'ഷി'. അറിയാമല്ലോ തെഗുമായി ഭാഷയിൽ കുന്തത്തിന് പറയുന്ന പേര്...."

പറഞ്ഞു പൂർത്തിയാകും മുമ്പ് തെഗുമായി ചിരിക്കാൻ തുടങ്ങി.

"എന്നെ കളിയാക്കുകയൊന്നും വേണ്ടാ, കുന്തം അപ്പൻ തന്നെ വരച്ചോളൂ!" തഫി അത് പറയുമ്പോഴേക്കും അവർ രണ്ടുപേരും ഓർത്തത് തെഗുമായി ഗോത്രത്തിൽപ്പെട്ട അപരിചിതമനുഷ്യനെക്കുറിച്ചും, ചിത്രമെഴുത്തുമായി പുറപ്പെട്ടുപോയപ്പോൾ അയാൾക്കുണ്ടായ അത്യാഹിതങ്ങളെക്കുറിച്ചുമായിരുന്നു.

"ഇത്തവണ നമുക്ക് മുന്നിൽ തടസ്സം തീർക്കാൻ നീർനായകളോ മലകളോ ഇല്ല. അതുകൊണ്ട് കുന്തത്തെ സൂചിപ്പിക്കാൻ ഞാനൊരു നേർരേഖ വരയ്ക്കും!"

എന്നു പറഞ്ഞുകൊണ്ട് തെഗുമായി ഇംഗ്ലീഷ് അക്ഷരമാലയിലെ 'ഐ' പോലെയുള്ള ഒരു രൂപം വരച്ചു.

"ഇതുകണ്ടാൽ അമ്മപോലും തെറ്റിദ്ധരിക്കില്ലെന്നുറപ്പാണ്!"

എന്നാലും ഇതുകൊണ്ടൊന്നും മതിയാവില്ല. നമുക്ക് കുറേക്കൂടി ശബ്ദങ്ങളും അവയുടെ സുന്ദരരൂപങ്ങളും കണ്ടെത്തേണ്ടിയിരിക്കുന്നു."

തഫി പറഞ്ഞതുകേട്ട്, അത് ശരിയാണെന്ന മട്ടിൽ തെഗുമായി തല കുലുക്കി.

"ആകാശം എന്ന അർത്ഥം വരുന്ന 'ഷു' ശബ്ദത്തെ എങ്ങനെ ചിത്രീകരിക്കാൻ കഴിയുമെന്ന് നോക്കാം."

തെഗുമായിയുടെ നിർദ്ദേശം കേട്ട തഫി യാതൊരു മുന്നൊരുക്കവും കൂടാതെ ഒരു പാമ്പിനെയും ചുള്ളിക്കമ്പിനെയും വരച്ചശേഷം, അബദ്ധം പറ്റിയതുപോലെ പെട്ടെന്ന് കൈ പിൻവലിച്ചു.

"ശബ്ദത്തിന്റെ അവസാനഭാഗം, സൂചിപ്പിക്കാൻ മറ്റൊരു ചിത്രം ചേർക്കുന്നതാവും നല്ലത്, അല്ലേ?"

"ഷു-ഷു-ു-ു-ു- ഉരുണ്ട മുട്ട കുറേക്കൂടി മെലിഞ്ഞു വരുന്നതു പോലെയല്ലേ തോന്നുന്നത്?"

"അങ്ങനെയെങ്കിൽ നമുക്കൊരു മെലിഞ്ഞുണങ്ങിയ മുട്ട വരയ്ക്കാം. വർഷങ്ങളോളം പട്ടികിടന്ന ഒരു തവളയെപ്പോലെ ചുളുങ്ങിയ ഒരു മുട്ടയുടെ രൂപമാക്കിയാലോ?"

"അല്ലല്ല. ഞാനതല്ല മോളേ ഉദ്ദേശിച്ചത്. ഉണങ്ങിയ മുട്ട ധൃതിയിൽ വരയ്ക്കേണ്ടി വന്നാൽ അത് തെറ്റിപ്പോകാനും സാധ്യതയുണ്ട്. ഷു-ഷു-ഷു- എന്നു കേൾക്കുമ്പോൾ എന്റെ മനസ്സിൽ തോന്നുന്നത് എന്താണെന്നുവച്ചാൽ... നമുക്കാ മുട്ടയുടെ മുകൾഭാഗം ചെറുതായൊന്ന് തുറന്നിടാമെന്നാണ്. അതായത്, 'ഒ' എന്ന ശബ്ദം നേർത്തുനേർത്ത് 'ഉ'-ു-ു-ു എന്നു മാറുന്നത് എങ്ങനെയാണെന്ന് വേഗം തിരിച്ചറിയാനും കഴിയും."

അത് വിശദീകരിക്കാനെന്നപോലെ, തെഗുമായി ആദ്യം ഇംഗ്ലീഷ് അക്ഷരമാലയിലെ 'ഒ' എന്ന അക്ഷരത്തോട് സാമ്യമുള്ള വൃത്തം വര യ്ക്കുകയും പിന്നീട് അക്ഷരമാലയിലെ 'യു' എന്ന അക്ഷരസാദൃശ്യ മുള്ള ഒരു ചിത്രം കൂടി വരയ്ക്കുകയും ചെയ്തു.

"അതേതായാലും നന്നായി! മെലിഞ്ഞുണങ്ങിയ തവളയേക്കാൾ എന്തുകൊണ്ടും നല്ലത് മുകൾഭാഗം തുറന്ന മുട്ടതന്നെ!"

തഫി സംസാരിച്ചുതുടങ്ങിയപ്പോൾ തന്നെ തെഗുമായി എന്തോ എഴുതാൻ തുടങ്ങിയിരുന്നു. അവളുടെ സംസാരം കഴിയുമ്പോഴും അയാ ളുടെ എഴുത്ത് തുടർന്നു. തെഗുമായിയുടെ ചിത്രമെഴുത്ത് എന്താണെ ന്നറിയാനുള്ള ആകാംക്ഷയിൽ തഫി കൈകൾ കൂട്ടിത്തിരുമ്മിക്കൊണ്ട് എഴുത്തിലേക്ക് എത്തിനോക്കി.

"ഇപ്പോൾ നീ ഇതിലേക്ക് നോക്കരുത് തഫീ, ആദ്യം ചിത്രമെഴുത്ത് കഴിയട്ടെ! എന്നിട്ട് നീ നോക്കണം. തെഗുമായി ഭാഷയിൽ ഞാനെ ന്താണ് എഴുതിയതെന്ന് നിനക്ക് മനസ്സിലാക്കാൻ കഴിയുമോ എന്നറിയ ണമല്ലോ. അങ്ങനെയെങ്കിൽ, നമ്മളൊരു രഹസ്യം അനാവരണം ചെയ്യുകയാണെന്നുകൂടി ഓർക്കണം നീ."

" 'പാമ്പ് - ചുള്ളിക്കമ്പ് - പൊട്ടിയ മുട്ട - കരിമീൻ വാല് - കരിമീൻ വായ' - എല്ലാം കൂടി ചേർത്തുനോക്കിയാൽ 'ഷു-യ' (SHU-YA). അതായത്, ഷു-ആകാശം, യ-വെള്ളം. ആകാശവെള്ളം. എന്നുവച്ചാൽ, 'മഴ'! 'മഴ' എന്നു സൂചിപ്പിക്കാൻ തന്നെയാണോ അപ്പൻ ഇതെഴുതി യത്?"

തഫിയുടെ ചോദ്യം പൂർത്തിയാകും മുമ്പ് അപ്രതീക്ഷിതമായി, മേഘാവൃതമായ ആകാശത്തുനിന്ന് ഒരുതുള്ളി വെള്ളം അവളുടെ കൈയിൽ വന്നുവീണു.

"തീർച്ചയായും. മാത്രമല്ല ഒരു വാക്കുപോലും നിന്നോട് പറയാതെ ഞാനത് സാധിച്ചെടുത്തിരിക്കുന്നു."

"ഒരു നിമിഷംകൊണ്ട് ഞാനത് മനസ്സിലാക്കിയെന്നു മാത്രമല്ല അക്കാര്യം ഉറപ്പിക്കുന്നതിന് ഒരു മഴത്തുള്ളി എന്റെമേൽ പതിക്കുകയും ചെയ്തിരിക്കുന്നു. ഇത് ഞാനൊരിക്കലും മറക്കില്ല. 'ഷു-യ' എന്നാൽ 'മഴ' അഥവാ 'മഴ പെയ്യാൻ പോകുന്നു' എന്ന അർത്ഥം എനിക്ക് ബോധ്യ മായി. ഇനി എന്നെങ്കിലും ഞാനുണർന്നു വരുമ്പോൾ ഗുഹാഭിത്തിയിൽ കരികൊണ്ട് 'ഷു-യ' എന്ന് എഴുതിയിരിക്കുന്നത് കണ്ടാൽ, ഉടനെ ഞാൻ പുറത്തേക്കോടിപ്പോയി എന്റെ വിശിഷ്ട വസ്ത്രങ്ങൾ മഴ നനയാതിരി ക്കാൻ ഗുഹയ്ക്കുള്ളിലേക്ക് എടുത്തിടും. അതുകണ്ട് അമ്മ അദ്ഭുത പ്പെടും!"

തഫി സന്തോഷംകൊണ്ട് തുള്ളിച്ചാടി. തെഗുമായിയും ചാടിയെഴുന്നേറ്റ് അവളോടൊപ്പം ആനന്ദനൃത്തം ചവിട്ടി (അക്കാലത്ത് അപ്പന്മാർ അങ്ങനെ ചെയ്യുന്ന പതിവില്ലായിരുന്നു).

"ഇനിയും, ഇനിയും... വേണം നമുക്ക് ഒരുപക്ഷേ, മഴയെക്കുറിച്ചല്ലാതെ, ഞാൻ നിന്നോടാവശ്യപ്പെടുന്നത് നദീതീരത്തേക്ക് വരണമെന്നാണെങ്കിൽ എന്തായിരിക്കും വരയ്ക്കേണ്ടത്?

ആദ്യം തെഗുമായി ഭാഷയിൽ അതെന്താണെന്ന് പറഞ്ഞു നോക്കണം - 'ഷു-യ-ലസസ്, യമരു- (ആകാശ-വെള്ളം അവസാനിക്കുന്നു; നദിയിലേക്ക് വരൂ) എത്ര പുതിയ ശബ്ദങ്ങൾ, അല്ലേ? എനിക്കിപ്പോഴും അറിയില്ല എങ്ങനെ നമ്മളതിനെ കൈകാര്യം ചെയ്യുമെന്ന്."

ഒരു നിമിഷം തെഗുമായിയും തഫിയും നിശ്ശബ്ദരായി. എങ്കിലും എവിടെ നിന്നോ വീണുകിട്ടിയ ഊർജ്ജ പ്രവാഹത്തിൽ തെഗുമായി തന്നെ തുടർന്നു!

"എനിക്കത് കഴിയും, എനിക്കത് തീർച്ചയായും കഴിയും! എങ്കിലും മോളേ, ഇന്നത്തേക്ക് ഇതുമതി; നമുക്കിന്ന് 'ഷു-യ' കിട്ടിയില്ലേ. 'ലസ്' എന്ന ശബ്ദമാണ് ഇനിയുള്ള പ്രശ്നം. ല-ല-ല-"

തെഗുമായി സ്രാവിന്റെ പല്ല് ചുഴറ്റിക്കൊണ്ട് പറഞ്ഞു.

"അതൊരു പ്രശ്നമായി എനിക്കു തോന്നുന്നില്ല. കാരണം 'ലസ്' ശബ്ദത്തിന്റെ ഒടുവിലായി പാമ്പിനെയും, അതിനു തൊട്ടുമുമ്പിലായി കരിമീനിന്റെ തുറന്നവായും ചേർത്താൽ 'അസ്' എന്നു വായിക്കാം. അവശേഷിക്കുന്നത് 'ല' എന്ന ഒറ്റശബ്ദം മാത്രം. 'ല' ശബ്ദത്തിനു പറ്റിയ രൂപം കണ്ടെത്തിയാൽ ആ പ്രശ്നവും പരിഹരിക്കാം."

"അതെനിക്കറിയാം മോളേ, എന്നാലും ലോകത്തിലാദ്യമായി ഇത്തരമൊരു ശ്രമം നടത്തുന്നത് നമ്മളാണെന്ന കാര്യം നീ മറക്കരുത്!"

"'ലസ്' എന്നു വച്ചാൽ അവസാനിച്ചെന്നോ, തകർന്നെന്നോ, തീർന്നെന്നോ ഒക്കെയാണല്ലോ അർത്ഥമാക്കുന്നത്?"

ക്ഷീണിതശബ്ദത്തിലായിരുന്നു തഫിയുടെ ചോദ്യം.

"അതെ, അതുതന്നെ. 'യോ-ലസ്' എന്ന് നിന്റെ അമ്മ പറഞ്ഞാൽ പാചകം ചെയ്യുന്നതിനിടയിൽ വീപ്പയിലെ വെള്ളം തീർന്നു എന്നാണല്ലോ അർത്ഥം."

"അതുപോലെ 'ഷി-ലസ്' എന്നാണ് പറയുന്നതെങ്കിൽ അപ്പന്റെ കുന്തം ഒടിഞ്ഞുവെന്നും അർത്ഥം മനസ്സിലാക്കണം അല്ലേ? ഹൊ! ഞാനാ അപരിചിതനായ തെവേര ഗോത്രമനുഷ്യന് എന്തൊക്കെയോ ചില ചിത്രങ്ങൾ വരച്ചുകൊടുത്തു വിട്ടതിനെയോർത്ത് എനിക്കിപ്പോൾ ലജ്ജ തോന്നുന്നു."

തഫിയുടെ വാക്കുകളിൽ കടുത്ത നിരാശ പ്രതിഫലിച്ചു.
"ല-ല-ല- അയാളെയോർത്ത് ഞാനും സങ്കടപ്പെടുന്നു!"
കൈവശമുണ്ടായിരുന്ന വടികറക്കിക്കൊണ്ട് തെഗുമായി പറഞ്ഞു.

" 'ഷി'യെ സൂചിപ്പിക്കുന്ന ചിത്രം എനിക്ക് വളരെ എളുപ്പത്തിൽ വര യ്ക്കാൻ കഴിയും. അതുകൊണ്ടുതന്നെ ഒടിഞ്ഞ കുന്തം വരയ്ക്കാനും അത്ര പ്രയാസമൊന്നുമില്ല. ദേ, ഇതുപോലെ വരച്ചാൽ മതിയോ?"
ഒടിഞ്ഞ കുന്തത്തിന്റെ ചിത്രം തഫി അപ്പനെ കാണിച്ചു.

"ഇതുമതി. അങ്ങനെ 'ല'യുടെ പ്രശ്നവും അവസാനിച്ചു. ഇത് മറ്റേതെങ്കിലും അടയാളങ്ങൾ പോലെയുമല്ല. അതുകൊണ്ട് ഇതുതന്നെ മതി. ഇനി 'യ'യുടെ കാര്യം നോക്കാം. അല്ല, 'യ'യുടെ രൂപം മുമ്പ് നമ്മൾ തയ്യാറാക്കിയതാണ്. അങ്ങനെയെങ്കിൽ 'മാരു'വിന് എന്തുവേണ മെന്ന് ചിന്തിക്കാം. മം-മം-മം-മം- ചുണ്ട് പൂട്ടിപ്പിടിക്കുംപോലെയുള്ള ശബ്ദം. എങ്കിൽപ്പിന്നെ ചുണ്ട് പൂട്ടിയ രൂപം വരച്ചാൽപ്പോരെ?"

എന്നു പറഞ്ഞുകൊണ്ട് ഇംഗ്ലീഷ് അക്ഷരമാലയിലെ 'എം' എന്ന അക്ഷരത്തോട് രൂപസാദൃശ്യം തോന്നുന്ന ഒരു ചിത്രം തെഗുമായി വരച്ചു. അത് ഉയർത്തിക്കാട്ടി അയാൾ തുടർന്നു:

"ഇതിനു ശേഷം വായ തുറന്ന കരിമീനിന്റെ ചിത്രവും കൂടി ചേർന്നാൽ 'മ' എന്നാകും. മ-മ-മ- പക്ഷേ, ർർർ - ഉണ്ടാകാൻ എന്തു ചെയ്യും, തഫീ?"

"അപ്പന്റെ കൈയിലിരിക്കുന്ന മൂർച്ചയുള്ള സ്രാവിൻപല്ലുപോലെ പരു ക്കനായി തോന്നുന്നു ആ ശബ്ദം. അതുകൊണ്ട്..." തഫി പൂർത്തി യാക്കും മുമ്പ് സ്രാവിൻ പല്ലുപോലെയുള്ള ഒരു രൂപം തെഗുമായി വര ച്ചെടുത്തു. അതിന് ഇംഗ്ലീഷ് അക്ഷരമാലയിലെ 'ആറി'ന്റെ ആകൃതി യായിരുന്നു.

"ദേ, ഇതുപോലെ കൂർത്ത അരികുള്ളതാണോ?"
"അതുതന്നെ! പക്ഷേ, നമുക്കാ പല്ലുകൾ മുഴുവൻ ആവശ്യമില്ല. രണ്ടെണ്ണം മാത്രം മതി."

"എന്റെ മനസ്സിലുള്ള കണക്കുകൂട്ടലുകൾ പോലെയാണ് കാര്യങ്ങൾ നീങ്ങുന്നതെങ്കിൽ, തഫീ, നമ്മുടെ ശബ്ദ-ചിത്രങ്ങൾ മറ്റുള്ളവർക്കും വളരെ എളുപ്പം വഴങ്ങും. ഇനി, ഞാനതെല്ലാം കൂടി ആശയം വ്യക്ത മാകും വിധം ചേർത്തെഴുതാൻ പോവുകയാണ്."

"അങ്ങനെ ചേർത്തെഴുതുമ്പോൾ ഒരുകാര്യം പ്രത്യേകം ശ്രദ്ധി ക്കണം, ഓരോ വാക്കുകൾക്കുശേഷവും ഒരു ചെറിയ വര കൊടു ക്കണം; ഒരു തടിക്കഷണം പോലെ. അല്ലെങ്കിൽ വ്യക്തതയുണ്ടാ കില്ല."

"ഓ, അതിന്റെ ആവശ്യമില്ല. ഓരോ വാക്കുകൾക്കുശേഷവും ഒരു ഇടയകലം നൽകാമെന്നാണ് ഞാൻ കരുതുന്നത്. അങ്ങനെയായാൽ ഇടയ്ക്കുള്ള തടസ്സം കൂടാതെ വര പൂർത്തിയാക്കാം."

സാമാന്യം വലുപ്പമുള്ള ഒരു മരത്തോലെടുത്ത് തെഗുമായി മുന്നിൽ നിവർത്തിവച്ചു. അതിൽ ശബ്ദ-ചിത്രങ്ങൾ ഇടതടവില്ലാതെ വരച്ചു ചേർത്തു.

"ഷു-യ-ലസ്-യ-മരു-"

തഫി ഓരോ ശബ്ദങ്ങളായി വായിച്ചെടുത്തു. ആവേശം രണ്ടുപേരുടെയും മുഖത്ത് പ്രകടമായിരുന്നു.

"ഇന്നത്തേക്ക് ഇത്രയുംമതി. നീ വല്ലാതെ ക്ഷീണിച്ചിരിക്കുന്നു. നമുക്കിത് നാളെ പൂർത്തിയാക്കാം. ഇവിടെയുള്ള സകല വൻമരങ്ങളും എരിഞ്ഞടങ്ങിയാലും, ഈയൊരു കണ്ടുപിടിത്തത്തിന്റെ പേരിൽ എല്ലാ മനുഷ്യരും നമ്മളെ കൃതാർത്ഥതയോടെ സ്മരിക്കും."

അധികം വൈകാതെ അവർ ഗുഹയിലേക്ക് മടങ്ങിയെത്തി. അന്ന് സന്ധ്യയ്ക്ക് ഗുഹയ്ക്കു മുന്നിലെ നെരിപ്പോടിനടുത്തായി തെഗുമായിയും തഫിയും മുഖാമുഖം നോക്കിയിരുന്ന് 'യ'കളും-'യോ'കളും-'ഷു'കളും-'ഷി'കളും കരികൊണ്ട് എഴുതുകയും പരസ്പരം ചിരിക്കുകയും ചെയ്തു കൊണ്ടിരുന്നു. തഫിയുടെ അമ്മയ്ക്ക് അതൊന്നും പിടിച്ചില്ല. ആ സ്ത്രീക്ക് അതെല്ലാം കോമാളിത്തരങ്ങളായിട്ടാണ് തോന്നിയത്.

"തെഗുമായീ, കുരുത്തക്കേടിന്റെ കാര്യത്തിൽ നമ്മുടെ മകളേക്കാൾ ഒട്ടും മോശമല്ല നിങ്ങൾ!"

അമ്മയുടെ കുറ്റപ്പെടുത്തലിനോട് പ്രതികരിച്ചത് തഫിയായിരുന്നു.

"അമ്മയത് കാര്യമാക്കണ്ടാ. ഇതൊരു രഹസ്യ ഏർപ്പാടാണ്. ഇതെന്താണെന്ന് ഇപ്പോൾ പറഞ്ഞാൽ അമ്മയ്ക്ക് ഒരുപക്ഷേ മനസ്സിലാകില്ല. അതുകൊണ്ട് എന്റെ പ്രിയപ്പെട്ട അമ്മേ, ഈ സൂത്രപ്പണി പൂർത്തിയാകുന്ന നിമിഷം ഞങ്ങൾ അമ്മയെ എല്ലാക്കാര്യങ്ങളും അറിയിക്കുന്നതാണ്. അതിനുമുമ്പ് എന്താ ഏതാ എന്നൊന്നും ദയവായി ഞങ്ങളോട് ചോദിക്കരുത്!"

തഫി പറഞ്ഞതുകേട്ട് അവളുടെ അമ്മ കൂടുതൽ ജാഗരൂകയായി. എങ്കിലും കൂടുതലെന്തെങ്കിലും അന്വേഷിച്ചറിയുന്നതിൽ നിന്ന് ആ സ്ത്രീ സ്വയം പിന്മാറി.

തൊട്ടടുത്ത പ്രഭാതത്തിൽ തഫി ഉണർന്നപ്പോഴേക്കും തെഗുമായി കൂടുതൽ ശബ്ദ-ചിത്രങ്ങളെക്കുറിച്ച് ചിന്തിക്കാൻ നദിക്കരയിലേക്ക് പുറപ്പെട്ടുപോയിരുന്നു. എങ്കിലും തഫിക്കുള്ള സന്ദേശം അയാൾ വെള്ളം നിറയ്ക്കുന്ന കല്ലുഭരണിയുടെ ചുവട്ടിൽ, ഗുഹാഭിത്തിയിൽ വരച്ചിട്ടുണ്ടായിരുന്നു. തഫി അത് കണ്ടു: 'യ-ലസ്' (വെള്ളം കുറവാണ്).

കാര്യം മനസ്സിലാക്കിയ തഫി തൊട്ടടുത്തുള്ള അരുവിയിൽ ചെന്ന് വെള്ളം കോരിവന്ന് കല്ലുഭരണി നിറച്ചു. എന്നിട്ട് വേഗം നദിക്കരയി ലേക്ക് ഓടിപ്പോയി. അവിടെ തെഗുമായി ഉണ്ടായിരുന്നു. തഫി സ്നേഹ പൂർവ്വം അയാളുടെ ഇടതുചെവിയിൽ വേദനിപ്പിക്കാതെ നുള്ളി. തെഗു മായി തഫിയെയും വാത്സല്യത്തോടെ നുള്ളി.

"ഞാൻ നിന്നെ കാത്തിരിക്കുകയായിരുന്നു. ശേഷിക്കുന്ന ശബ്ദ-ചിത്രങ്ങൾ നമുക്കിന്ന് പൂർത്തിയാക്കണം."

തെഗുമായി പറഞ്ഞത് അക്ഷരംപ്രതി ശരിയായിരുന്നു. അവരെ സംബന്ധിച്ചിടത്തോളം ഏറ്റവും ഉത്സാഹഭരിതമായ ദിവസം അതായി രുന്നു. ഉച്ചഭക്ഷണത്തിനുശേഷമുള്ള നേരംപോക്കുകൾക്കിടയിലാണ്, തഫിയുടെയും തെഗുമായിയുടെയും പേരിലെ 'ടി' എന്ന ശബ്ദത്തിന് ചിത്രരൂപം കണ്ടെത്താൻ ശ്രമിച്ചത്. കൈവിടർത്തിനിൽക്കുന്ന കുടുംബ ചിത്രമായിരുന്നു അവരതിനുവേണ്ടി കണ്ടെത്തിയത്. എങ്കിലും ആറേഴു തവണ വരച്ചുകഴിഞ്ഞതോടെ ആ ചിത്രം ക്രമേണ കൈവിരിച്ചു നിൽക്കുന്ന തീക്കൊള്ളി രൂപം മാത്രമായി. കൃത്യമായി പറഞ്ഞാൽ, ഇംഗ്ലീഷ് അക്ഷരമാലയിലെ 'ടി' എന്ന അക്ഷരം കണ്ടിട്ടില്ലേ, അതു പോലെതന്നെ.

അങ്ങനെ, ആയിരക്കണക്കിന് വർഷങ്ങൾക്കുശേഷം ഓരോ ഗോത്രങ്ങളും ദേശങ്ങളും സ്വന്തമായി അക്ഷരമാല നിർമ്മിക്കാൻ ശ്രമ മാരംഭിച്ചു. ഹൈറോഗ്ലിഫിക്സ്, ഡിമോട്ടിക്സ്, നിലോട്ടിക്സ്, ക്രിപ്റ്റി ക്സ്, കുഫിക്സ്, റുണിക്സ്, ഡോറിക്സ്, ലോണിക്സ് എന്നിങ്ങനെ എത്രയോ ലിപിവിദ്യകൾ ലോകം കണ്ടെത്തി. എല്ലാറ്റിനുമൊടുവിലായി നാമിന്നു കാണുന്ന ഇംഗ്ലീഷ് അക്ഷരമാലയും - എ, ബി, സി, ഡി..... ശരിക്കുള്ള രൂപങ്ങൾ പ്രാപിച്ച് നമുക്കു മുന്നിലെത്തി.

നമ്മൾ എക്കാലത്തും ഓർത്തിരിക്കേണ്ട മറ്റുചില സംഗതികൾകൂടി അറിയാനുണ്ട്. തെഗുമായി ബോപ്സുലായ്, തഫിമായി മെറ്റലുമായി, അവളുടെ അമ്മ തെഷുമായി തെവിൻട്രോവ് എന്നിവർ ചേർന്ന് അക്ഷര മാലയെ എങ്ങനെയാണ് സംരക്ഷിച്ചതെന്നുകൂടി നമ്മൾ അറിഞ്ഞിരി ക്കണം.

അക്ഷരരൂപങ്ങളെ മാലയായി കോർത്ത്, വശേഷവസ്തുക്കൾ എക്കാലത്തേക്കുമായി സംരക്ഷിക്കുന്നതുപോലെ, തെഗുമായി ഗോത്ര ത്തിന്റെ ആരാധനാലയത്തിലായിരുന്നു സൂക്ഷിച്ചിരുന്നത്. അക്ഷ രാർത്ഥത്തിൽ 'അക്ഷരമാല' തന്നെയായിരുന്നു അത്. ഏറ്റവും വിലപി ടിപ്പുള്ള മുത്തുകളും, ലഭ്യമായ എല്ലാ മനോഹരവസ്തുക്കളും ഉപയോ ഗിച്ച് ഏകദേശം അഞ്ചുവർഷംകൊണ്ടാണ് തെഗുമായിയും മകളും ചെമ്പു ചരടിൽ കോർത്ത 'അക്ഷരമാല'യുടെ നിർമ്മാണം പൂർത്തിയാക്കി യത്.

തെഗുമായി ഗോത്രത്തിലെ മുഖ്യപുരോഹിതന്റെ കൈവശം മാത്രം കാണുന്ന പഴയ വെള്ളിയിൽ തീർത്തതായിരുന്നു ആദ്യത്തെ മുത്ത്. അതിനെത്തുടർന്നുള്ള മുത്തുകൾ മൂന്നെണ്ണവും കറുത്ത മുത്തുച്ചിപ്പികൾ കൊണ്ട് നിർമ്മിച്ചവയായിരുന്നു. പിന്നീടുള്ള നീലയും ചാരവും കലർന്ന കളിമൺ മുത്തായിരുന്നു. ആഫ്രിക്കയിലുള്ള ഏതോ ഗോത്രത്തിൽ നിന്ന് സമ്മാനമായി കിട്ടിയ സ്വർണമുത്തായിരുന്നു അടുത്തത്. (യഥാർത്ഥത്തിൽ അത് ഇന്ത്യയിൽ നിന്നുള്ളതായിരുന്നു). ആഫ്രിക്കയിൽ നിന്നു ലഭിച്ച നീണ്ടുപരന്ന സ്ഫടിക സമാനമായ മുത്തായിരുന്നു പിന്നീടുണ്ടായിരുന്നത്. (തെഗുമായി ഗോത്രം പോരാടി നേടിയതായിരുന്നു അത്). അതിനുശേഷം വെള്ളയും പച്ചയും നിറങ്ങളിലുള്ള കളിമൺ മുത്തുകളായിരുന്നു. അതിലൊരെണ്ണത്തിന് പുള്ളിക്കുത്തുകളും മറ്റേതിന് വളയങ്ങളുമുണ്ടായിരുന്നു. പിന്നീടുള്ള മൂന്നു മുത്തുകളും കുന്തിരിക്കത്തിന്റെ കറകൊണ്ട് നിർമ്മിച്ചവയായിരുന്നു. അതിനെ ത്തുടർന്നുണ്ടായിരുന്ന ചുവപ്പും വെള്ളയും മുത്തുകൾ കളിമണ്ണുകൊണ്ട് നിർമ്മിച്ചവയായിരുന്നു. അതിനു നടുവിലായി ദന്തസമാനമായ ഒരു മുത്തും സ്ഥാനം പിടിച്ചിരുന്നു.

ഓരോ അക്ഷരങ്ങൾക്കിടയിലും വെളുത്ത ചെറുകളിമൺ മുത്തുകളും സ്ഥാനം പിടിച്ചിരുന്നു. വലിയ അക്ഷരങ്ങൾക്കുശേഷം ഓരോ കളിമൺ മുത്തുകളിലും അതേ അക്ഷരങ്ങൾ ആവർത്തിച്ചിരുന്നു. ഇനി പറയും വിധത്തിലായിരുന്നു അക്ഷരമാലയുടെ ക്രമീകരണം:

A - ദന്തത്തിൽ കോറിയിട്ട നിലയിൽ - എനിക്കു തോന്നുന്നത് അതൊരു മ്ലാവിന്റെ കൊമ്പാണെന്നാണ്.
B - തെഗുമായിയുടെ പഴയകാല പ്രതാപം ഓർമ്മിപ്പിക്കുന്ന വിധ ത്തിലുള്ള പേടിച്ചരണ്ട നീർനായകൾ.
C - തുറന്നുവച്ചിരിക്കുന്ന പവിഴച്ചിപ്പി.
D - അടഞ്ഞനിലയിലുള്ള കറുത്ത മുത്തുച്ചിപ്പി.
E - വെള്ളിനൂലിന്റെ ചുരുൾ.
F - പൊട്ടിയ നിലയിലായിരുന്നെങ്കിലും അത് കലമാനിന്റെ കൊമ്പിനെ ഓർമ്മിപ്പിച്ചു.
G - കറുത്ത ചായം തേച്ച ഒരു തടിക്കഷണം ('ജി' ക്കു ശേഷ മുള്ള ചെറിയ മുത്ത് കളിമണ്ണുകൊണ്ട് നിർമ്മിച്ചതായിരുന്നില്ല. അവരെന്തുകൊണ്ടാണ് അങ്ങനെ ചെയ്തതെന്ന് എനിക്കറിയില്ല.)
H - തവിട്ടുനിറമുള്ള വലിയ കവടിപോലെ തോന്നിക്കുന്ന എന്തോ ഒന്ന്.

I - ഒരു നീണ്ട ചിപ്പിത്തോടിന്റെ ഉൾഭാഗം. (അത് ഉരച്ച് ആ രൂപത്തിലാക്കാൻ തെഗുമായിക്ക് മൂന്നുമാസം വേണ്ടിവന്നു).

J - മുത്തുച്ചിപ്പിയുടെ ഉള്ളിൽനിന്നു കിട്ടിയ ചൂണ്ട.

L - പൊട്ടിപ്പോയ ഒരു വെള്ളിക്കുന്തം. ('ജെ' കഴിഞ്ഞ് 'കെ'യാണ് വരേണ്ടിയിരുന്നത്. എങ്കിലും സ്ഥാനം മാറിയിരിക്കുന്നതിന് കാരണം, ഒരുപക്ഷേ, മാല പൊട്ടിയതിനു ശേഷം തിരികെ മുത്തുകൾ കോർത്തപ്പോൾ മാറിപ്പോയതാവാം)

K - കറുത്തനിറം ഉരച്ചുകളഞ്ഞ ഒരു എല്ലിൻകഷണം.

M - നരച്ച ചാരനിറമുള്ള ഒരു ചിപ്പി.

N - മൂക്കിന്റെ ആകൃതിയിൽ ഉരച്ചെടുത്ത കരിങ്കൽക്കഷണം (അത് മിനുസപ്പെടിത്തിയെടുക്കാൻ തെഗുമായിക്ക് അഞ്ചു മാസം വേണ്ടിവന്നു)

O - നടുവിൽ തുളയുള്ള ഒരു മുത്തുച്ചിപ്പി.

P&Q - 'പി'യും 'ക്യു'വും 'അക്ഷരമാല'യിൽ നിന്ന് നഷ്ടപ്പെട്ടിരുന്നു. എത്രയോ കാലം മുമ്പുണ്ടായ ഒരു മഹായുദ്ധത്തിനിടയിൽ അണലിക്കൂട്ടങ്ങൾക്കിടയിൽ നഷ്ടപ്പെട്ടതാണ്. ആർക്കും ഇതേവരെ കണ്ടെത്താനായിട്ടില്ല. അന്നുമുതലാണ് 'പിയും ക്യുവും പാലിക്കണം' എന്ന ചൊല്ലുണ്ടായത്. (ഇംഗ്ലീഷിൽ ഈ ശൈലിയുടെ അർത്ഥം 'മര്യാദപാലിക്കണം' എന്നതാണ്).

R - തീർച്ചയായും ഒരു സ്രാവിന്റെ പല്ലുതന്നെ.

S - വെള്ളിയിൽ തീർത്ത ചെറിയൊരു പാമ്പ്.

T - തവിട്ടുനിറമെങ്കിലും മിനുക്കിയെടുത്ത ചെറിയൊരു എല്ലിന്റെ അറ്റം.

U - മറ്റൊരു മുത്തിച്ചിപ്പിയുടെ ഭാഗം.

W - ഒരു മുത്തുച്ചിപ്പിയുടെ ഉള്ളിൽ മറ്റൊന്ന് അടക്കം ചെയ്തിരിക്കുന്നു. പകുതിഭാഗം തേച്ചുമിനുക്കിയിട്ടുണ്ട്. ചരടുകോർക്കാൻ ഒന്നിലേറെ തുളകളും കാണാം. ഒരുപക്ഷേ തഫിയുടെ വേലയായിരിക്കുമത്.

X - മാണിക്യക്കല്ലിനുള്ളിലൂടെ കടത്തിവിട്ടിരിക്കുന്ന വെള്ളിച്ചരടുകളെ തമ്മിൽ ബന്ധിച്ചിരിക്കുന്നു (തഫിയാണ് ആ മാണിക്യക്കല്ല് കണ്ടെത്തിയത്).

Y - ദന്തനിർമ്മിതമായ കരിമീൻവാല്.

Z - മണിയുടെ ആകൃതിയിലുള്ള വൈഡൂര്യം. അതിൽ Z പോലെ യുള്ള വരകളുമുണ്ട്. തേൻമെഴുകും ചെമ്മണ്ണും കൊണ്ട് മിനുസപ്പെടുത്തിയാണ് ആ വരകളിട്ടത്. അതിനെത്തുടർന്ന് കളിമൺ മുത്തിലും അക്ഷരം അതേപടി ആവർത്തിച്ചിരി ക്കുന്നു.

'അക്ഷരമാല'യിൽ പിന്നെയും കുറേ മുത്തുകളുണ്ടായിരുന്നു. വൃത്താകൃതിയിലുള്ള മുഴപോലെ തോന്നിക്കുന്ന ചെറിയൊരു പച്ചമുത്ത്. തൊട്ടടുത്തായി തണ്ണിമത്തനോട് രൂപസാദൃശ്യമുള്ള ഒരു മുത്ത്. ദന്ത നിർമ്മിതമായ കുറേ മുത്തുകൾക്കു പിന്നാലെ മൂന്ന് കല്ലുമുത്തുകൾ. അവയൊക്കെ യാതൊരു അസാധാരണത്വവും തോന്നിക്കാത്ത മുത്തു കളായിരുന്നു. അതിനുശേഷം വളരെ പഴഞ്ചനെങ്കിലും സ്ഫടികതുല്യ മായ ആഫ്രിക്കൻ മുത്തുകൾ - അത് നീല, ചുവപ്പ്, വെള്ള, കറുപ്പ്, മഞ്ഞ എന്നിങ്ങനെ അഞ്ച് നിറങ്ങളിലുണ്ടായിരുന്നു. ഏറ്റവുമൊടുവി ലായി മാലയുടെ തുടക്കത്തിൽ കാണപ്പെട്ടതുപോലെയുള്ള വെള്ളിയിൽ തീർത്ത ബട്ടൺസുപോലെയുള്ള മുത്തും ഉണ്ടായിരുന്നു. ഇത്രയുമായി രുന്നു അക്ഷരമാലയിലെ ആകെ മുത്തുകൾ.

ഞാൻ അതീവശ്രദ്ധയോടെയാണ് അക്ഷരമാല പകർത്തിയെടു ത്തത്. അതിന് ഒരു പൗണ്ട് ഏഴര ഔൺസ് തൂക്കമുണ്ടായിരുന്നു. അക്ഷരമാല നിരത്തി വയ്ക്കുമ്പോൾ, വളഞ്ഞുപുളഞ്ഞതുപോലെ കാണ പ്പെടുന്ന കറുത്ത വരയുണ്ടല്ലോ, അതായിരുന്നു അതിന്റെ മനോഹാരിത ഒന്നുകൂടി പ്രബലമാക്കിയത്. ∎

ഞണ്ടിന്റെ രൂപം മാറിയ കഥ

പണ്ടുപണ്ട്, പണ്ടേയ്ക്കുപണ്ട്, സകലതിനെയും സൃഷ്ടിച്ച വയോധികനായ മഹാമാന്ത്രികൻ പുതിയ ലോകത്തിനുവേണ്ടിയുള്ള തയ്യാറെടുപ്പുകൾ നടത്തുകയായിരുന്നു. അതിനുവേണ്ടി ആദ്യം ഭൂമിയെയും പിന്നീട് സമുദ്രത്തെയും പരുവപ്പെടുത്തി. അതിനുശേഷം നാനാജാതിമൃഗങ്ങളോടും അവരവർക്ക് ഇഷ്ടമുള്ള മട്ടിൽ കളിച്ചുകൊള്ളാനാവശ്യപ്പെട്ടു. അത് കേട്ടമാത്രയിൽ മൃഗങ്ങളെല്ലാം ഒരേസ്വരത്തിൽ ചോദിച്ചു:

"അല്ലയോ, മഹാനായ മാന്ത്രികാ, ഞങ്ങളെങ്ങനെയാണ് കളിക്കേണ്ടത്?"

"അത്രേയുള്ളൂ കാര്യം? ഞാൻ കാണിച്ചുതരാം!"

ആദ്യം ആനക്കൂട്ടത്തെ അരികിലേക്ക് വിളിച്ചു.

"നിങ്ങൾ ആനകളെപ്പോലെ കളിക്കുക!"

അവിടെയുണ്ടായിരുന്ന മുഴുവൻ ആനകളും ആനകളെപ്പോലെ കളിക്കാൻ തുടങ്ങി. എന്നിട്ട് നീർനായകളെ വിളിച്ചു.

"നിങ്ങൾ നീർനായകളെപ്പോലെ കളിക്കുക!"

നീർനായകൾ അങ്ങനെ ചെയ്തു. അപ്പോഴേക്കും കാക്കകളെ വിളിച്ചു.

"നിങ്ങൾ കാക്കകളെപ്പോലെ കളിക്കുക!"

കാക്കകളും കളിതുടങ്ങി. അതിനുശേഷം ആമകളെ വിളിച്ചു.

"നിങ്ങൾ ആമകളെപ്പോലെ കളിക്കുക!"

അങ്ങനെ ഭൂമിയിലെ സകല പക്ഷിമൃഗാദികളെയും സമുദ്രജീവികളെയും ഓരോരുത്തരായി വിളിച്ച് തങ്ങളാലാവുംവിധം വിനോദിച്ചു കൊള്ളാൻ ആവശ്യപ്പെട്ടു.

സന്ധ്യയ്ക്ക് തന്റെ അരുമ മകളെയും ചുമലിലിരുത്തിക്കൊണ്ട് മനുഷ്യൻ അവിടേക്ക് ചെന്നു. അതിനോടകം തന്നെ കളിയുടെ ആധിക്യം കൊണ്ട് ക്ഷീണിതരായിരുന്ന മൃഗങ്ങൾക്കിടയിലേക്ക് കയറിനിന്നു കൊണ്ട് അയാൾ ചോദിച്ചു:

"അല്ലയോ വയോധികനായ മഹാമാന്ത്രികാ, ഇതെന്തു കളിയാണ്?"
"ഓ, ആദത്തിന്റെ മകനേ, നീയോ? ഇത് കളികളായ കളികളുടെ യെല്ലാം ആരംഭമാണ്. നീയൊരു ബുദ്ധിമാനായതുകൊണ്ടാണ് കാര്യ ങ്ങളൊക്കെ നിനക്ക് വേഗം വെളിപ്പെട്ടുകിട്ടിയത്."
മനുഷ്യൻ മഹാമാന്ത്രികനെ നമസ്കരിച്ചു.
"എനിക്കീ കളികളുടെയൊക്കെ ഗുട്ടൻസ് പിടികിട്ടി. ഇവിടെയുള്ള സകലമൃഗങ്ങളും എന്നെ അനുസരിക്കാൻ വേണ്ടിയാണ് ഈ 'കളി' കളെന്ന് എനിക്ക് മനസ്സിലായി."
പാവുഅമ്മ എന്നു പേരുള്ള ഒരു ഞണ്ടായിരുന്നു അടുത്തതായി കളിക്കാനിറങ്ങേണ്ടിയിരുന്നത്. എന്നാൽ, മഹാമാന്ത്രികനും മനുഷ്യനും തമ്മിൽ സംസാരിച്ചുകൊണ്ടിരിക്കുന്നതിനിടയിൽ ആ ഞണ്ട് പിറു പിറുത്തുകൊണ്ട് ചരിഞ്ഞുചരിഞ്ഞു നടന്ന് കടലിലേക്കിറങ്ങി.
"വെള്ളത്തിനടിയിൽ പോയി ഞാനൊറ്റയ്ക്ക് കളിച്ചോളാം. അല്ലാതെ ഈ ആദത്തിന്റെ മകനെ അനുസരിക്കാനൊന്നും എന്നെ കിട്ടില്ല."
കടലിലേക്ക് മെല്ലെ നീങ്ങിപ്പോകുന്ന ഞണ്ടിനെ, മനുഷ്യന്റെ തോളി ലിരുന്ന മകളല്ലാതെ മറ്റാരും കണ്ടില്ല. എല്ലാമൃഗങ്ങളും കളിക്കാനിറ ങ്ങിയെന്നു തോന്നിയപ്പോൾ, കൈയിലെ പൊടിയുതട്ടി മഹാമാന്ത്രികൻ കളികാണാൻ വേണ്ടി കൗതുകപൂർവം അവർക്കിടയിലേക്കിറങ്ങി.
മഹാമാന്ത്രികൻ ആദ്യം വടക്കുദിക്കിലേക്കാണ് പോയത്. അവിടെ തുമ്പിക്കൈകൊണ്ട് നിലംകുഴിച്ചും, ചവിട്ടിപ്പതിപ്പിച്ചും പുതുപുത്തൻ ഭൂമിയെ ആനകൾ പരുവപ്പെടുത്തിക്കൊണ്ടിരുന്നു.
"കുൻ?"
അവിടെയുണ്ടായിരുന്ന ആനകളെല്ലാം മഹാമാന്ത്രികനോട് ചോദിച്ചു.
"ഇങ്ങനെ മതിയോ?" എന്നായിരുന്നു ആ ചോദ്യത്തിന്റെ അർത്ഥം.
"പയാഹ് കുൻ!"
'ഇങ്ങനെ തന്നെ മതി' എന്ന അർത്ഥത്തിൽ മഹാമാന്ത്രികൻ മറു പടി നൽകി. ആനകൾ ചവിട്ടിയും പരത്തിയും നിർമ്മിച്ചുകൊണ്ടിരി ക്കുന്ന കുന്നും കുഴികളും കണ്ട് മഹാമാന്ത്രികൻ ദീർഘമായി നിശ്വ സിച്ചു. ആനകളെ കളിക്കാൻ വിട്ട സ്ഥലത്താണ് പിന്നീട് ഹിമാലയ പർവതങ്ങൾ രൂപപ്പെട്ടുവന്നത്. എന്തെങ്കിലും സംശയമുണ്ടെങ്കിൽ ഭൂപട മെടുത്ത് പരിശോധിച്ചു നോക്കൂ!
മഹാമാന്ത്രികൻ പിന്നീട് പോയത് കിഴക്ക് ദിക്കിലേക്കായിരുന്നു. അവിടെയായിരുന്നു പശുക്കളെ മേയാൻവിട്ടത്. മഹാമാന്ത്രികൻ അവിടെ യെത്തുമ്പോഴേക്ക് ഒരു കാടുമുഴുവൻ നക്കിവെളുപ്പിച്ചതിനുശേഷം അവിടെക്കിടന്ന് അയവിറക്കുകയായിരുന്നു പശുക്കൾ.

"കുൻ?"

പശുക്കൾ ഏകസ്വരത്തിൽ മാന്ത്രികനോട് ചോദിച്ചു.

"പയാഹ് കുൻ!"

ഒരു ദീർഘനിശ്വാസത്തിന്റെ അകമ്പടിയോടെ മഹാമാന്ത്രികൻ പറഞ്ഞു. അങ്ങിങ്ങ് തീർത്തും ഒറ്റപ്പെട്ട ചില പുൽച്ചെടികളൊഴിച്ചാൽ അവിടമാകെ തരിശായിരുന്നു. അവയിലൊരെണ്ണം പിന്നീട് ഇന്ത്യയിലെ താർ മരുഭൂമിയും, മറ്റൊന്ന് സഹാറാ മരുഭൂമിയുമായി അറിയപ്പെട്ടു. എന്തെങ്കിലും സംശയമുണ്ടെങ്കിൽ ഭൂപടമെടുത്ത് പരിശോധിച്ചോളൂ, അന്നേരം ബോധ്യപ്പെടും!

അതിനുശേഷം മഹാമാന്ത്രികൻ നേരെ പോയത് പടിഞ്ഞാറ് ഭാഗത്തേക്കായിരുന്നു. അവിടെയുണ്ടായിരുന്ന നീർനായകളെല്ലാം ചേർന്ന് വിശാലമായൊരു നദിക്കുകുറുകെ ഒരു തടയണ നിർമ്മിക്കുകയായിരുന്നു. മഹാമാന്ത്രികൻ അവിടെയെത്തിയപ്പോഴേക്ക് അതിന്റെ നിർമ്മാണം പൂർത്തിയായിരുന്നു.

"കുൻ?"

നീർനായകൾ ചോദിച്ചു.

"പയാഹ് കുൻ!"

വെള്ളത്തിലേക്ക് വീണുകിടക്കുന്ന മരങ്ങളെ നോക്കി മഹാമാന്ത്രികൻ നെടുവീർപ്പിട്ടു. ആ പ്രദേശമാണ് പിന്നീട് ഫ്ളോറിഡയിലെ എവർഗ്ലേഡ്സ് ആയി മാറിയത്. വിശ്വാസം വരുന്നില്ലെങ്കിൽ പോയി ഭൂപടമെടുത്ത് നോക്കൂ!

ഒടുവിലായി മഹാമാന്ത്രികൻ തെക്കുദിക്കിനെ ലക്ഷ്യമാക്കി പോയി. അവിടെയുണ്ടായിരുന്ന ആമകൾ അതിനോടകം തന്നെ അവരുടെ ലക്ഷ്യം പൂർത്തീകരിച്ചിരുന്നു. കടലിനു നടുവിലായി കൂട്ടിയിട്ട മൺകൂനകൾ മഹാമാന്ത്രികന്റെ ശ്രദ്ധയാകർഷിച്ചു.

"കുൻ?"

ആമകൾ ചോദിച്ചു.

"പയാഹ് കുൻ!"

കടലിനു മീതെ കാണപ്പെട്ട മൺകൂനകളെ നോക്കി മഹാമാന്ത്രികൻ നെടുവീർപ്പിട്ടു. ആ മൺകൂനകളാണ് പിന്നീട് ബോർണിയോ, സുമാത്ര, ജാവാ, മലയ് ആർക്കിപ്പെലാഗോ ദ്വീപസമൂഹങ്ങൾ എന്നിവയായി മാറിയത്. ഭൂപടമെടുത്ത് നോക്കിയാൽ സംശയം ദൂരീകരിക്കാവുന്നതേയുള്ളൂ!

അതിനിടയിൽ പെറാക് നദിക്കരയിൽ വച്ച് മഹാമാന്ത്രികൻ മനുഷ്യനെ കണ്ടുമുട്ടി.

"ഏയ്, ആദാമിന്റെ മകനേ, വന്യമൃഗങ്ങളൊക്കെ നിന്നെ അനുസരിക്കുന്നുണ്ടോ?"

"ഉണ്ട്."

"ഭൂമി അനുസരിക്കുന്നുണ്ടോ?"

"ഉണ്ട്."

"സമുദ്രം നിന്നെ അനുസരിക്കുന്നുണ്ടോ?"

"ഇല്ല. പകലും രാത്രിയും ഒരു തവണയെങ്കിലും കടൽ, പെറാക് നദിയെ അതിലംഘിച്ച് കാട്ടിലേക്കുപോലും ഒഴുകുന്നു. പകലോ രാത്രിയോ ഒരു തവണയെങ്കിലും എന്റെ മൺവീടിന് ഭീഷണിയായി തിരമാലകൾ വരുന്നു. എന്റെ വീട്ടിലേക്ക് തിരമാലകൾ ഇരമ്പിയാർത്തു കയറിയിറങ്ങുമ്പോഴൊക്കെ മണ്ണ് മാത്രമാകും അവശേഷിക്കുന്നത്. മാത്രമല്ല, എന്റെ വഞ്ചി കീഴ്മേൽ മറിയുകയും ചെയ്യുന്നു. ഈ കളി, കളിക്കാനാണോ പറഞ്ഞുകൊടുത്തത്?"

മനുഷ്യൻ നിരാശനായി.

"അല്ല. അല്ലേയല്ല. ഇതൊരുതരം പുതിയ കളിയാണല്ലോ; വൃത്തികെട്ട കളി."

അവർ സംസാരിച്ചുകൊണ്ടിരിക്കുമ്പോൾത്തന്നെ കടലിൽനിന്ന് തിരമാലകൾ ഉയർന്നുവന്ന് പെറാക് നദീമുഖത്തെ മറികടന്ന് കാട്ടിലേക്കും, പിന്നെ മനുഷ്യന്റെ കുടിലിലേക്കും കവിഞ്ഞൊഴുകി.

"ഇത് ശരിയല്ല. ഇതിങ്ങനെ വിട്ടാൽ പറ്റില്ല. നീ വഞ്ചിയിറക്ക്; കടലിനെ കൂട്ടുപിടിച്ച് ഇത്തരം മോശം കളി കളിക്കുന്നത് ആരാണെന്ന് നമുക്ക് കണ്ടുപിടിക്കണം."

എന്നു പറഞ്ഞുകൊണ്ട് മഹാമാന്ത്രികൻ മനുഷ്യന്റെ വഞ്ചിയിലേക്ക് ചാടിക്കയറി. മനുഷ്യന്റെ മകളും അവർക്കൊപ്പം കൂടി. ആ മനുഷ്യൻ അയാളുടെ ആയുധമായ 'ക്രിസ്' കൈയിലെടുത്തു.

അഗ്നി പോലെ വളഞ്ഞ്, മൂർച്ചയുള്ള കഠാരയാണ് ക്രിസ്.

അവർ പെറാക് നദിയിലേക്ക് വഞ്ചിയുമായി ഇറങ്ങിയപ്പോൾത്തന്നെ കടൽ പിന്നിലേക്ക് ഉൾവലിയാൻ തുടങ്ങി. അങ്ങനെ അവർ സെലങ്കോറും മലാക്കയും സിംഗപ്പൂരും കടന്ന് ബിങ്ടാങിലെത്തി. ആ ദ്വീപിൽ നിന്ന് മഹാമാന്ത്രികൻ ദേഷ്യത്തോടെ അലറി:

"ഹേയ്, വന്യമൃഗങ്ങളേ, പക്ഷികളേ, ജലജീവികളേ, ലോകാരംഭത്തിൽ എന്റെ കൈകളാൽ നിർമ്മിതമായ നിങ്ങളോട്, നിങ്ങളെപ്പോലെ പെരുമാറാനും കളിക്കാനുമാണ് ഞാനാവശ്യപ്പെട്ടത്. അതിനിടയിൽ ഏതവനാണ് കടലിനോട് കളിക്കുന്നത്?"

മാന്ത്രികച്ചെപ്പ്

"അല്ലയോ മഹാമാന്ത്രികാ, അങ്ങ് ഞങ്ങളെ പഠിപ്പിച്ച കളികൾ മാത്ര മാണ് ഞങ്ങളും ഞങ്ങളുടെ മക്കളും അവരുടെ മക്കളും കളിക്കുന്നത്. ഞങ്ങളിലാരും തന്നെ കടലിനോട് കളിക്കുന്നില്ല."

വന്യമൃഗങ്ങളും പക്ഷികളും ജലജന്തുക്കളും ഏകസ്വരത്തിൽ പറഞ്ഞു.

അപ്പോഴേക്കും ഉദിച്ചുയർന്നിരുന്ന പൂർണചന്ദ്രൻ, നിലാവ്കൊണ്ട് സമുദ്രജലത്തെ മുഴുവൻ പുതപ്പിച്ചിരുന്നു. എന്നെങ്കിലുമൊരിക്കൽ ലോകത്തെ മുഴുവൻ കൊളുത്തിവലിക്കാമെന്ന പ്രതീക്ഷയോടെ ചന്ദ്രനി ലിരുന്ന് ചൂണ്ടയിടുന്ന മുതുക്കിഴവനായ കൂനനോട് മഹാമാന്ത്രികൻ ഉറക്കെ വിളിച്ചുചോദിച്ചു:

"ഹേയ്! ചന്ദ്രനിലെ ചൂണ്ടക്കാരാ, നീ കടലുമായി കളിക്കുക യാണോ?"

"ഏയ് ഇല്ല! എന്നെങ്കിലുമൊരിക്കൽ എന്റെ ചൂണ്ടയിൽ കൊരുത്തേ ക്കാവുന്ന ലോകത്തെ കൈപ്പിടിയിലാക്കാൻ ശ്രമിക്കുകയാണ് ഞാൻ. ഞാൻ കടലിനോട് കളിക്കുന്നതൊന്നുമില്ല!"

അയാൾ ചൂണ്ട കോർക്കുന്നത് തുടർന്നു.

ചന്ദ്രനിലെ ചൂണ്ടക്കാരന്റെ ചൂണ്ടവള്ളികൾ ആവുന്നത്ര വേഗത്തിൽ കരണ്ടുകൊണ്ടിരിക്കുന്ന ചന്ദ്രനിലെ എലിയോടും മഹാമാന്ത്രികൻ ചോദിച്ചു:

"ഹേയ്! ചന്ദ്രനിലെ എലീ, നീ കടലുമായി കളിക്കുകയാണോ?"

"ഏയ് ഇല്ല! ഞാനീ ചൂണ്ടവള്ളികൾ കരണ്ടുതിന്നുന്നതിന്റെ തിര ക്കിലാണ്. അതിനിടയിൽ കടലിനോട് കളിക്കാൻ എനിക്കെവിടെയാണ് നേരം?"

എലി ചൂണ്ടവള്ളികൾ കരണ്ടുതിന്നുന്നത് തുടർന്നു.

അതിനിടയിൽ മനുഷ്യന്റെ തോളിലിരുന്ന ചെറിയകുട്ടി അപ്രതീക്ഷി തമായി മഹാമാന്ത്രികനോട് സംസാരിച്ചു തുടങ്ങി.

"അല്ലയോ മഹാമാന്ത്രികനേ, സകലതും ആരംഭിച്ച സമയത്ത് താങ്കൾ എന്റെ അപ്പനുമായി സംസാരിച്ചുകൊണ്ട് നിൽക്കുമ്പോഴായിരു ന്നല്ലോ ജന്തുക്കൾ കളി തുടങ്ങിയത്; അന്നേരം ഒരു ജന്തുമാത്രം കളി പഠിക്കുന്നതിന് മുമ്പുതന്നെ കടലിലേക്ക് നീങ്ങിപ്പോകുന്നത് ഞാൻ കണ്ടി രുന്നു."

"മിണ്ടാട്ടമില്ലെങ്കിലും ചെറിയ കുട്ടികൾ എത്ര സമർത്ഥരാണ്! അതിരിക്കട്ടെ, ആ ജന്തുവിനെ കാണാൻ എങ്ങനെയുണ്ട്?"

മഹാമാന്ത്രികൻ ആകാംക്ഷയോടെ ചോദിച്ചു.

"ഉരുണ്ട്....... പരന്നിരിക്കുന്ന രൂപമായിരുന്നു അതിന്. മുന്നിലേക്ക് തെറിച്ചുനിൽക്കുന്നതുപോലെയുള്ള ചുവന്ന കണ്ണുകൾ; ഒരു വശ ത്തേക്കുമാത്രമായിരുന്നു നീക്കം; ശരീരത്തിനു പിന്നിലായി എന്തോ ആയുധം ഒളിപ്പിച്ചിട്ടുണ്ടായിരുന്നുവെന്ന് തോന്നുന്നു."

ആ ചെറിയ കുട്ടിയുടെ വാക്കുകൾ മഹാമാന്ത്രികനെ സന്തോഷി പ്പിച്ചു.

"സത്യം പറയുന്നതിൽ ചെറിയകുട്ടികൾക്ക് എന്തൊരു സാമർത്ഥ്യ മാണ്! ഇപ്പോളെനിക്ക് മനസ്സിലായി പാവുഅമ്മ എവിടേക്കാണ് പോയ തെന്ന് എന്റെ പങ്കായം ഇങ്ങെടുക്കൂ!"

മഹാമാന്ത്രികൻ പങ്കായം കൈയിലെടുത്തെങ്കിലും അതിന്റെ ആവശ്യമുണ്ടായില്ല. 'പസാറ്റ്തസേക്' എന്നു വിളിപ്പേരുള്ള സമുദ്ര ഹൃദയത്തിലേക്ക് അവർ ചെന്നെത്തുവരെ ദ്വീപുകൾക്കു മീതെ വെള്ളം പരന്നൊഴുകുകയായിരുന്നു. മാസ്മരികമായ ഇരട്ടപ്പഴങ്ങൾ ഉണ്ടാകുന്ന 'പൗജംഗി'യെന്ന അദ്ഭുതവൃക്ഷം വളരുന്ന ഇടത്തേക്കാണ് അവർ നടന്നത്. ഭൂമിയുടെ ഹൃദയത്തിലേക്ക് ആഴ്ന്നുപോകുന്നതായിരുന്നു ആ മരത്തിന്റെ വേരുകൾ. ആ വേരുകൾക്കിടയിലൂടെ കടലിന്റെ ആഴങ്ങളി ലേക്ക് മഹാമാന്ത്രികന്റെ കൈകൾ നീണ്ടുപോയി. ആ കൈകൾ ചെന്നു തൊട്ടത് പാവുഅമ്മ എന്ന ഞണ്ടിന്റെ വിശാലമായ മുതുകിലായിരുന്നു. വെള്ളം നിറഞ്ഞ പാത്രത്തിൽ കൈമുക്കുമ്പോൾ വെള്ളം തൂവിപ്പോകു ന്നതുപോലെ, പാവുഅമ്മ സ്പർശിച്ച നിമിഷം സമുദ്രജലം ഉയർന്നു പൊങ്ങി.

"ഓഹോ, ഇപ്പോഴെനിക്കു മനസ്സിലായി ആരാണ് കടലുമായി കളി ക്കുന്നതെന്ന്; പാവുഅമ്മേ, നീ എന്തെടുക്കുകയാ അവിടെ?"

മഹാമാന്ത്രികന്റെ ചോദ്യംകേട്ട പാവുഅമ്മ കടലിന്റെ അത്യഗാധത യിൽ നിന്നാണ് മറുപടി കൊടുത്തത്:

"പകൽ ഒരുനേരം ആഹാരം കണ്ടെത്താനും, രാത്രി ഒരുനേരം തിരികെ വരാനും മാത്രമാണ് ഞാനിവിടെ നിന്ന് പുറത്തിറങ്ങുന്നത്. എന്നെ എന്റെ പാട്ടിന് വിട്ടേക്ക്!"

"നോക്കൂ പാവു അമ്മേ, നീ ഓരോ ദിവസവും നിന്റെ മാളത്തിന് പുറത്തേക്കു വരുമ്പോൾ പസാറ്റ്തസേകിലേക്ക് കടൽവെള്ളം ഇരച്ചു കയറും; ദ്വീപുകളുടെ തീരങ്ങൾ മൊട്ടയാകും; ചെറുമീനുകൾ ചത്തു പോകും; ആനകളുടെ രാജാവായ രാജാ മോയംഗ്കബന്റെ കാലുകൾ ചളിയിലാണ്ടുപോകും. നീ തിരികെ മാളത്തിലേക്ക് ചെന്നുകയറുമ്പോൾ കടൽവെള്ളം ക്രമാതീതമായി ഉയരും; ചെറുദ്വീപുകൾ മുങ്ങിപ്പോകും; ആ മനുഷ്യന്റെ മൺവീട് ഒഴുകിപ്പോകും; മുതലകളുടെ രാജാവായ രാജാ അബ്ദുള്ളയുടെ വായിൽ ഉപ്പുവെള്ളം കയറും. അങ്ങനെ, നിന്റെ പോക്കും

വരവുംകൊണ്ട് എന്തെല്ലാം അനിഷ്ട സംഭവങ്ങളാണുണ്ടാവുന്നതെന്ന് നീ അറിയുന്നുണ്ടോ?"

മഹാമാന്ത്രികന്റെ വാക്കുകൾ കേട്ട പാവുഅമ്മ കുലുങ്ങിച്ചിരിച്ചു.

"ഓഹോ, അങ്ങനെയാണോ. ഇത്രമാത്രം പ്രാധാന്യമർഹിക്കുന്ന ഒരാളാണ് ഞാനെന്ന് എനിക്കിതേവരെ അറിയില്ലായിരുന്നു. എന്നാൽ, ഇനിമുതൽ ഞാൻ ദിവസവും ഏഴുതവണ പുറത്ത് പോയിവരാം. അന്നേരം കടൽവെള്ളം നിശ്ചലമായി നിൽക്കുകയേ ഇല്ലല്ലോ."

"നീ ഉദ്ദേശിക്കുന്നത് എന്തുതരം കളിയാണെന്ന് എനിക്ക് മനസ്സിലാകുന്നതേയില്ല. സകലതിന്റെയും ആരംഭത്തിൽ നീ കളി പഠിക്കാൻ കൂട്ടാക്കാതെ രക്ഷപ്പെട്ടതുകൊണ്ടാണ് ഇങ്ങനെയൊക്കെ സംഭവിക്കുന്നത്. പാവുഅമ്മേ, നീ ഭയക്കാതെ കയറിവരൂ, നമുക്ക് അതേക്കുറിച്ച് സംസാരിക്കാം."

"എനിക്ക് പേടിയൊന്നുമില്ല."

എന്നു പറഞ്ഞുകൊണ്ട് പാവുഅമ്മ ഓളപ്പരപ്പിലെ നിലാവിലേക്ക് ഉയർന്നുവന്നു. പാവു അമ്മ വല്ലാത്തൊരു രൂപത്തിലാണ് ഉയർന്നുവന്നത്. പാവുഅമ്മയോളം വലുപ്പമുള്ള ആരും അപ്പോൾ ഭൂമിയിലുണ്ടായിരുന്നില്ല. ഞണ്ടുകളുടെ രാജാവായിരുന്നു പാവുഅമ്മ - ഒരു സാധാരണ ഞണ്ടായിരുന്നില്ല; ശരിക്കുമൊരു 'ഞണ്ടരചൻ' തന്നെയായിരുന്നു അത്. പാവുഅമ്മയുടെ ഒരു വശം 'സറവാക്' തീരത്തായിരുന്നെങ്കിൽ മറുവശം പഹായ് തീരത്തായിരുന്നു. മൂന്ന് അഗ്നിപർവതങ്ങളിൽ നിന്നുയരുന്ന പുകയേക്കാൾ നീളമുണ്ടായിരുന്നു ആ ഞണ്ടിന്! ഇരട്ടപ്പഴം വിളയുന്ന മരത്തിൽ നിന്നു പറിച്ചെടുക്കുന്ന ഫലങ്ങൾ കഴിച്ചാണ് ചെറുപ്പം നിലനിർത്താമെന്ന് ആദ്യം കണ്ടെത്തിയത് പാവുഅമ്മയായിരുന്നു. അവിടെയുണ്ടായിരുന്ന ചെറിയ പെൺകുട്ടിയും ആ പഴങ്ങളെ കൗതുകത്തോടെ നോക്കിക്കാണുന്നുണ്ടായിരുന്നു.

"പാവുഅമ്മേ, നീയൊരു സവിശേഷ വ്യക്തിയായതുകൊണ്ടുതന്നെ ഞാനൊരു മാന്ത്രികവിദ്യ കാണിക്കുകയാണ്!"

മഹാമാന്ത്രികൻ പാവുഅമ്മയോട് പറഞ്ഞു, പാവുഅമ്മയാകട്ടെ ഈ സമയം കണ്ണുകളുരുട്ടുകയും, കാലുകൾ ചുഴറ്റുകയും ചെയ്തുകൊണ്ടിരുന്നു. ഞണ്ടുകളുടെ രാജാവാണ് താനെന്ന അഹന്ത പാവുഅമ്മയ്ക്കുണ്ടായിരുന്നു. എന്നാൽ, കേവലമൊരു ഞണ്ടിലുപരി മറ്റൊന്നുമല്ല പാവുഅമ്മയെന്ന് നന്നായറിയാമായിരുന്ന മഹാമാന്ത്രികൻ അതുകൊണ്ടുതന്നെ പാവുഅമ്മയുടെ പ്രകടനങ്ങൾ കണ്ട് ഊറിച്ചിരിച്ചതേയുള്ളൂ.

"നിന്റെ അഹന്തയൊന്നും എന്നോട് വേണ്ടാ; ഞാനെന്താ ചെയ്യാൻ പോകുന്നതെന്ന് നോക്കിക്കോളൂ....." എന്നു പറഞ്ഞുകൊണ്ട് മഹാ

മാന്ത്രികൻ ഇടതുകൈയിലെ ചെറുവിരൽ മാത്രം ചലിപ്പിച്ചുകൊണ്ട് ഒരു ചെപ്പടിവിദ്യ കാട്ടി. അതോടെ പാവുഅമ്മയുടെ, നീലയും പച്ചയും കറുപ്പും കലർന്ന കട്ടിയുള്ള പുറന്തോടിന്റെ കടുപ്പം ഇല്ലാതെയായി. കടൽത്തീരത്ത് സാധാരണ കാണാറുള്ള ചെറുഞണ്ടുകളുടെ പുറന്തോടു പോലെയായി.

"നിന്റെ പ്രാധാന്യം നിനക്കുതന്നെ ബോധ്യമാകുന്നതിനുവേണ്ടി ഒന്നുകിൽ മനുഷ്യനെ അവന്റെ 'ക്രിസ്സു'മായി നിന്റെയരികിലേക്ക് വിടാം. അവൻ വന്ന് നിന്നെ വെട്ടിപ്പൊളിക്കട്ടെ; അല്ലെങ്കിൽ ആനകളുടെ രാജാ വായ രാജാ മോയംഗ് കബാനെ നിന്റെയടുത്തേക്ക് അയയ്ക്കാം. തുമ്പി ക്കൈകൊണ്ട് അവൻ നിന്നെ പിഴിഞ്ഞെടുത്തോളും; അതുമല്ലെങ്കിൽ മുതലകളുടെ രാജാവായ രാജാ അബ്ദുള്ളയെ വിളിക്കാം. അവനാകു മ്പോൾ നിന്നെ കടിച്ചു കുടഞ്ഞോളും. എന്താ, എന്തു പറയുന്നു?"

മഹാമാന്ത്രികന്റെ പരിഹാസത്തിൽ പാവുഅമ്മ വല്ലാതെ സങ്കട പ്പെട്ടു.

"ഞാൻ നാണംകെട്ടു എനിക്കെന്റെ കട്ടിയുള്ള പുറന്തോട് തിരികെ തരണം. ഞാൻ പസാറ്റ് തസേകിലേക്ക് മടങ്ങിപ്പോകാം. ആഹാരത്തിനു വേണ്ടി ദിവസേന പകലും രാത്രിയുമായി ഓരോ തവണമാത്രം സഞ്ചരി ക്കുകയും ചെയ്തുകൊള്ളാം. എന്നെ വെറുതെ വിടണം!"

"ഇല്ല, പാവുഅമ്മേ, ഞാൻ നിന്റെ പഴയ പുറന്തോട് ഇനിമേലാൽ തിരികെ തരില്ല. തന്നാൽ ഒരുപക്ഷേ നീ വീണ്ടും അഹങ്കാരത്തോടെ വളരുകയും കരുത്ത് പ്രാപിക്കുകയും ചെയ്യും. വാഗ്ദത്തങ്ങളെല്ലാം മറന്ന് നീ വീണ്ടും കടലുമായി കളിക്കാൻ തുടങ്ങും."

"പിന്നെ ഞാനെന്തു ചെയ്യും? എന്റെയീ കടലോളം വലിയ ശരീര വുംകൊണ്ട് പസാറ്റ് തസേകിൽ മാത്രമേ എനിക്ക് ഒളിച്ചിരിക്കാൻ കഴിയൂ. മൃദുവായ ഈ പുറന്തോടുംകൊണ്ട് പുറത്തിറങ്ങിയാൽ എന്നെ ഏതെങ്കിലും സ്രാവോ തെരണ്ടിവാലനോ തിന്നുകളയും. പസാറ്റ് തസേ കിൽ എങ്ങനെയെങ്കിലും കയറിക്കൂടിയാൽ തന്നെ അവിടെ ഒളിച്ചു കഴിയാമെന്നേയുള്ളൂ. ആഹാരത്തിനുള്ള വക കണ്ടെത്താൻ പുറത്തി റങ്ങി കടൽ കലക്കാൻ കഴിഞ്ഞില്ലെങ്കിൽ ഞാനവിടെ പട്ടിണികിടന്ന് ചത്തുപോകും."

പാവുഅമ്മ കാലുകൾ കൂട്ടിച്ചേർത്തുവച്ച വിലപിക്കാൻ തുടങ്ങി.

"നോക്കൂ പാവുഅമ്മേ, ആരംഭകാലത്ത് നീ എന്റെ വാക്കുകൾ കേട്ടി രുന്നെങ്കിൽ നിനക്കീഗതി വരില്ലായിരുന്നു. കളിയുടെ ശരിക്കുള്ള അർത്ഥ മെന്തെന്ന് നീയറിയാത്തതാണ് നിന്റെ കളികൾ കാര്യമാകാനുള്ള കാരണം. എല്ലാ കൽപ്പൊത്തുകളിലും ചെറുദ്വാരങ്ങളിലും നിമിഷനേരം കൊണ്ട് ഒളിയിടം കണ്ടെത്താനാവുന്ന തരത്തിൽ ഞാൻ നിന്നെ

41

പരുവപ്പെടുത്തിയെടുക്കുമായിരുന്നു. പസാറ്റ് തസേകിൽ നീ എത്രമാത്രം സുരക്ഷിതമാണെന്നു തോന്നുന്നുവോ, അത്രമാത്രം നീയും നിന്റെ മക്കളും എക്കാലവും സുരക്ഷിതമായേനെ."

"അതുകൊള്ളാം. എങ്കിലും എനിക്കൊരു ഉറച്ച തീരുമാനത്തിലെത്താൻ കഴിയുന്നില്ല. ആരംഭകാലത്ത് എനിക്ക് നിങ്ങളുടെ വാക്കുകൾ ചെവിക്കൊള്ളാനായില്ല. ഈ നിൽക്കുന്ന മനുഷ്യനാണ് അതിനു കാരണക്കാരൻ. അയാൾ സംസാരത്തിലൂടെ ശ്രദ്ധ തിരിച്ചില്ലായിരുന്നെങ്കിൽ, അങ്ങയുടെ കണ്ണുവെട്ടിച്ച് എനിക്ക് കടന്നുകളയാൻ കഴിയില്ലായിരുന്നു. ഇങ്ങനെയൊന്നും സംഭവിക്കില്ലായിരുന്നു. അതുകൊണ്ടുതന്നെ ഇക്കാര്യത്തിൽ എനിക്കുവേണ്ടി മനുഷ്യന് എന്തുചെയ്യാൻ കഴിയുമെന്ന് അറിഞ്ഞാൽ കൊള്ളാം?"

പാവുഅമ്മയുടെ ചോദ്യത്തിന് മനുഷ്യൻ മറുപടി കൊടുത്തു:

"നീ അക്കാര്യം തീരുമാനിച്ചെങ്കിൽ ഞാനൊരു ഉപായം പറയാം. കടലിന്റെ ആഴത്തിലും, വരണ്ടുണങ്ങിയ കരയിലും കഴിയാൻ പാകത്തിനുള്ള ഒളിയിടങ്ങൾ കണ്ടെത്തിയാൽ നിനക്കും നിന്റെ വരുംതലമുറകൾക്കും കടലിലും കരയിലും ഒരുപോലെ താമസിക്കാം."

"ഞാനിതേവരെ അക്കാര്യം ആലോചിച്ചിട്ടില്ല. നോക്കൂ! മറ്റൊരു കാര്യം കൂടിയുണ്ട്. ആരംഭകാലത്ത് ഞാൻ നീങ്ങിനീങ്ങിപ്പോകുന്നത് ദേ, ഈ പെൺകുട്ടിയും കണ്ടതാണ്. അന്ന് അവൾ മഹാമാന്ത്രികനോടു പറഞ്ഞ്, എന്നെ തിരികെ വിളിച്ചിരുന്നുവെങ്കിൽ ഇതൊന്നും സംഭവിക്കില്ലായിരുന്നു. അവൾക്കിനി എനിക്കുവേണ്ടി എന്തുചെയ്യാൻ കഴിയും?"

"ഞാനിപ്പോൾ കഴിച്ചുകൊണ്ടിരിക്കുന്ന ഈ കായ്ക്ക് നല്ല സ്വാദുണ്ട്. ഞാൻ പറഞ്ഞുവന്നത് എന്താണെന്നുവച്ചാൽ...... അങ്ങനെയൊരു തീരുമാനമുണ്ടെങ്കിൽ, ഞാനീ കത്രികകൾ നിനക്കു തന്നേക്കാം. ഇതിന് നല്ല ബലവും മൂർച്ചയുമുണ്ട്. നിനക്കും നിന്റെ മക്കൾക്കും തേങ്ങ വേണമെങ്കിലും ഇതുകൊണ്ട് പൊതിച്ചുതിന്നാം. ദേ, ഇതുപോലെ. കടലിൽനിന്നു കയറിവന്നിട്ട് ആഹാരം കഴിക്കാൻ ഒരു ദിവസം മുഴുവൻ കാത്തിരിക്കുകയൊന്നും വേണ്ടാ. ഈ കത്രികകൊണ്ട് വേണമെങ്കിൽ പസാറ്റ് തസേക്കുപോലെ മറ്റൊരു താവളം തന്നെ കുഴിച്ചുണ്ടാക്കാം. എവിടെ വേണമെങ്കിലും കുഴിയുണ്ടാക്കാം; നിസ്സാരമായി മരംകയറാൻ പോലും ഈ കത്രികകൾ ഉപയോഗിക്കാം."

"എനിക്ക് തീരുമാനമെടുക്കാൻ കഴിയുന്നില്ല. പുറന്തോട് ഇതുപോലെ മൃദുവായിരിക്കുന്ന കാലത്തോളം നിങ്ങൾ തന്ന സമ്മാനങ്ങൾ കൊണ്ട് എനിക്ക് യാതൊരു പ്രയോജനവുമില്ല. അതുകൊണ്ട്, അല്ലയോ മഹാമാന്ത്രികാ, എനിക്കെന്റെ കട്ടിയുള്ള പുറന്തോട് തിരികെ തന്നാലും; അങ്ങ് നിർദ്ദേശിക്കും മട്ടിൽ ഞാനും കളിച്ചുകൊള്ളാം!"

“ശരി. എന്നാൽ അങ്ങനെയാകട്ടെ! നിന്റെ കട്ടിയുള്ള പുറന്തോട് ഞാൻ തിരികെത്തരാം; പക്ഷേ, വർഷത്തിൽ പതിനൊന്നു മാസം മാത്രമേ അതുണ്ടാകൂ. എല്ലാവർഷവും പന്ത്രണ്ടാം മാസം അത് മൃദുവായിത്തീരും. അന്നേരം നീയും നിന്റെ മക്കളും എന്റെ മാന്ത്രികവിദ്യയെക്കുറിച്ച് ഓർക്കും. കരയിലും കടലിലും ഒരുപോലെ സഞ്ചരിക്കുമ്പോഴും, മരത്തിൽ കയറി കായ്കനികൾ പറിക്കുമ്പോഴും, കത്രികകൾ കൊണ്ട് കുഴികുത്തുമ്പോഴും അഹങ്കരിക്കാതിരിക്കാൻ അത് നിങ്ങളെ സഹായിക്കും.”

അല്പനേരം ആലോചിച്ചതിനു ശേഷമാണ് പാവുഅമ്മ മറുപടി പറഞ്ഞത്.

“ വാഗ്ദത്തങ്ങളും സമ്മാനങ്ങളും സ്വീകരിക്കാൻ ഞാൻ തീരുമാനിച്ചു.”

വയോധികനായ മഹാമാന്ത്രികൻ വലതുകൈയിലെ അഞ്ചുവിരലുകളും പ്രത്യേക താളത്തിൽ ചലിപ്പിച്ചുകൊണ്ട് ഒരു ജാലവിദ്യ കാട്ടി. അതോടെ പാവുഅമ്മ ചെറുതാവാൻ തുടങ്ങി. ചെറുതായി ചെറുതായി ചെറുതായി, ചെറുവഞ്ചിയുടെ ഓരത്ത് നീന്തിക്കളിക്കുന്ന പച്ചനിറമുള്ള ഒരു ചെറുഞണ്ടായി മാറി. ആ ചെറിയ ഞണ്ട് ചെറിയ ശബ്ദത്തിൽ വിളിച്ചുപറഞ്ഞു:

“ആ കത്രികകൾ തന്നേക്ക്!”

വഞ്ചിയുടെ പിന്നിലിരിക്കുകയായിരുന്ന പെൺകുട്ടി കത്രികകൾ ഞണ്ടിന് കൊടുത്തു. കത്രികകൾ കിട്ടിയതോടെ ഞണ്ട് കൂടുതൽ ഉഷാറായി.

“ഇനിയെനിക്ക് കായ്കൾ കഴിക്കാം. തോടുകൾ പൊട്ടിക്കാം. കുഴിയുണ്ടാക്കാം. മരത്തിൽ കയറാം. കരയിലെ വരണ്ടവായുവും ശ്വസിക്കാം. എല്ലാ കല്ലുകൾക്കിടയിലും ‘പസാറ്റ് തസേക്’ പോലുള്ള സുരക്ഷിതമായ ഒളിയിടങ്ങൾ കണ്ടെത്താം. എനിക്കിതേവരെ അറിയില്ലായിരുന്നു ഞാൻ ഇത്രമാത്രം സവിശേഷതയുള്ളയാളാണെന്ന്. കുൻ?” (ഇങ്ങനെ മതിയോ?)

“പയാഹ് കുൻ” (ഇങ്ങനെ തന്നെ മതി)

എന്നു പറഞ്ഞ് ചിരിച്ചുകൊണ്ട് വയോധികനായ മഹാമാന്ത്രികൻ പാവുഅമ്മയെ അനുഗ്രഹിച്ചു. പാവുഅമ്മ വഞ്ചിയുടെ വശംചേർന്ന് കടലിലേക്ക് ഇറങ്ങിപ്പോയി. ഇപ്പോൾ ആ ഞണ്ടിന് കരയിലാണെങ്കിൽ ഉണങ്ങിയ ഒരു ഇലയുടെ ചുവട്ടിലോ; കടലിലാണങ്കിൽ ചത്തുപോയ ഒരു ചിപ്പിയുടെ അടിയിലോ പതുങ്ങിയിരിക്കാനാവുന്ന വലിപ്പമേയുണ്ടായിരുന്നുള്ളൂ.

“അതെങ്ങനെയുണ്ടായിരുന്നു?”

മഹാമാന്ത്രികൻ മനുഷ്യനോടു ചോദിച്ചു.

“നന്നായിരുന്നു! എന്നാലിനി നമുക്ക് പെറാകിലേക്ക് മടങ്ങിപ്പോകാം അല്ലേ? അത്രയും ദൂരം വഞ്ചി തുഴയണമല്ലോ എന്നോർക്കുമ്പോൾ പോകാനും തോന്നുന്നില്ല. പാവുഅമ്മ പസാറ്റ് തസേകിൽ നിന്ന് പുറത്തു വരുന്നതുവരെ കാത്തിരുന്നാൽ, ഒരുപക്ഷേ വെള്ളപ്പാച്ചിൽ നമ്മളെ അവിടെക്കൊണ്ടെത്തിക്കുമായിരുന്നു.”

“മടിയൻ! അതുകൊണ്ടെന്താ, നിന്റെ മക്കളും മടിപിടിച്ചവരാകും. ലോകത്തിലെ ഏറ്റവും വലിയ കുഴിമടിയന്മാരായിരിക്കും അവർ. അതു കൊണ്ട് അവർ ‘മടയാളികൾ’ - മടിയന്മാർ എന്നറിയപ്പെടും.”

എന്നിട്ടും കലിയടങ്ങാതെ മഹാമാന്ത്രികൻ, ചന്ദ്രനിലിരുന്ന് ചൂണ്ട യിടുന്ന മുതുക്കിളവനെ വിരൽഞൊടിച്ച് വിളിച്ചു:

“ഏയ്, ചൂണ്ടക്കാരാ, ഈ മടിയനായ മനുഷ്യന് വീട്ടിലേക്ക് തുഴയെ റിയാനും മടി. അതുകൊണ്ട്, ആ ചൂണ്ടവള്ളിയിൽ കുടുക്കി വീട്ടിലെ ത്തിക്കാമോ?”

“ഏയ് അതുവേണ്ടാ. ഞാൻ മടിയനാണെങ്കിൽ, കടൽ ഇനിയുള്ള കാലം ഇരട്ടി പണിയെടുത്താൽ പോരേ? അങ്ങനെ തുഴച്ചിൽ എളുപ്പ മാക്കുകയും ചെയ്യും.”

മനുഷ്യന്റെ മനസ്സിലിരിപ്പ് കേട്ട് മഹാമാന്ത്രികൻ കുലുങ്ങിച്ചിരിച്ചു.

“പയാഹ് കുൻ!” (അങ്ങനെ തന്നെ മതി)

മഹാമാന്ത്രികന്റെ മറുപടി കേട്ടതോടെ ചന്ദ്രനിലെ എലി ചൂണ്ടവള്ളി കരണ്ടുതിന്നുന്നത് നിർത്തി. ആദ്യമായി ചന്ദ്രനിലെ ചൂണ്ടക്കാരന്റെ ചൂണ്ട കടലിൽ തൊട്ടു. അയാൾ ആഴക്കടലിനെ ഒന്നാകെ വലിച്ചുനീക്കി. അങ്ങനെ അവർ ബിങ്ടാങും സിംഗപ്പൂരും മലാക്കയും സെലങ്കോരും കടന്ന് പെറാക് നദീമുഖത്ത് എത്തിച്ചേർന്നു.

“കുൻ?”

ചന്ദ്രനിലെ ചൂണ്ടക്കാരൻ ചോദിച്ചു.

“പയാഹ് കുൻ!” ചന്ദ്രനിലെ ചൂണ്ടക്കാരന് മറുപടികൊടുത്തിട്ട് മഹാമാന്ത്രികൻ മനുഷ്യന്റെ നേർക്ക് തിരിഞ്ഞു; “നോക്കൂ, നീയിപ്പോൾ കടലിനെ ഇങ്ങനെ ചെയ്തിരിക്കുന്നതുകൊണ്ട് മടയാളികളായ മീൻപിടുത്തക്കാർക്ക് ആശ്വാസമായിരിക്കും. പക്ഷേ, കരുതിയിരുന്നോളൂ, പാവുഅമ്മയുടെ മേൽ പ്രയോഗിച്ചതുപോലുള്ള ഒരു മായാജാലം എനിക്ക് എപ്പോൾ വേണമെങ്കിലും നിന്റെ മേലും പ്രയോഗിക്കാവുന്ന തേയുള്ളൂ.”

അങ്ങനെ, ആ ദിവസം എല്ലാവരും അവരവരുടെ വഴിക്ക് പിരിഞ്ഞു ഇനി ശ്രദ്ധിച്ച് കേൾക്കൂ!

അങ്ങനെ അന്നുമുതലാണ് ചന്ദ്രൻ കടലിനെ വലിക്കാനും ഇറക്കാനും തുടങ്ങിയത്. നമ്മളതിനെ തിരമാലകൾ എന്നു പറയുന്നു. ചില ദിവസങ്ങളിൽ ചന്ദ്രനിലെചൂണ്ടക്കാരന്റെ വലി ഒരല്പം കടുപ്പമുള്ളതും, മറ്റു ചിലപ്പോൾ അയവുള്ളതുമായിരിക്കും. നമ്മൾ ആ പ്രതിഭാസങ്ങളെ വേലിയേറ്റമെന്നും വേലിയിറക്കമെന്നും വിളിക്കുന്നു. എങ്കിലും മഹാമാന്ത്രികനെ ഭയന്ന് എല്ലാവരും അതീവ ശ്രദ്ധാലുക്കളാണെന്നുമാത്രം.

പിന്നീട് പാവുഅമ്മയ്ക്ക് എന്തു സംഭവിച്ചു?

കടൽത്തീരത്ത് പോകുമ്പോൾ കണ്ടിട്ടുണ്ടാകുമല്ലോ, പാവുഅമ്മയുടെ മക്കൾ നിർമ്മിച്ചിരിക്കുന്ന ചെറിയ പസാറ്റ് തസേകുകൾ. കത്രികയുമായി അങ്ങുമിങ്ങും ഓടിനടക്കുന്ന ഞണ്ടുകളെ കണ്ടിട്ടില്ലേ? കരയിലും കടലിലുമായി കഴിയുന്നുണ്ടെങ്കിലും; തെങ്ങിൽ കയറാനറിയാമെങ്കിലും; തേങ്ങാ പൊതിക്കാനറിയാമെങ്കിലും, വർഷത്തിലൊരു മാസം പുറന്തോടിന്റെ കട്ടി നഷ്ടപ്പെട്ട കത്രികക്കൈയുടെ ബലവും മൂർച്ചയും നഷ്ടപ്പെട്ട് ഞണ്ടുകൾ ഒളിവിൽ കഴിയും. അതുകൊണ്ട്, പാവുഅമ്മ പണ്ടെങ്ങോ ചെയ്തുപോയ പിഴവിന് അവരുടെ പിഞ്ചുമക്കളെ കൊല്ലുന്നതും കൊല്ലാക്കൊല ചെയ്തുരസിക്കുന്നതും ശരിയല്ല എന്നുകൂടി നിങ്ങൾ മനസ്സിലാക്കണം. എന്നിട്ടും, നിങ്ങളിൽ പലരും പാവുഅമ്മയുടെ മക്കൾക്ക് വീട്ടിലെ ഒഴിഞ്ഞ അച്ചാറുകുപ്പിയിൽ പസാറ്റ് തസേക്കുകൾ ഒരുക്കാറുണ്ടല്ലോ? ∎

കാണ്ടാമൃഗത്തിന്റെ പുറന്തോൽ വികൃതമായ കഥ

കാണ്ടാമൃഗത്തിന്റെ, ചുളുങ്ങി, മടങ്ങി, വൃത്തികെട്ട പുറന്തോൽ കണ്ടിട്ടില്ലേ? പണ്ടുപണ്ട്, വലിഞ്ഞുമുറുകി മിനുസമുള്ള പുറന്തോലായിരുന്നു കാണ്ടാമൃഗത്തിനുണ്ടായിരുന്നത്. അത്, ഇന്നു കാണുന്ന വിധം എങ്ങനെ വികൃതമായിപ്പോയെന്ന കഥ കേട്ടോളൂ....

പണ്ടൊരിക്കൽ, ചെങ്കടലിലെ തീർത്തും ശാന്തമായ ഒരു ദ്വീപിൽ ഒരു പാർസി ഏകനായി കഴിയുന്നുണ്ടായിരുന്നു. (ഏഴ്, എട്ട് നൂറ്റാണ്ടുകളിൽ പേർസ്യയിൽ ആക്രമണമുണ്ടായപ്പോൾ ഇന്ത്യയിലേക്ക് പലായനം ചെയ്യപ്പെട്ട സൊറാസ്ട്രിയൻമാരുടെ പിൻമുറക്കാരാണ് പാർസികൾ). സൂര്യകിരണങ്ങൾ അയാളുടെ തൊപ്പിയിൽ തട്ടി പ്രതിഫലിക്കുമ്പോൾ സൂര്യകിരണങ്ങളേക്കാൾ ശോഭ അവിടമാകെ പരന്നൊഴുകുമായിരുന്നു. തൊപ്പിയും കത്തിയുമല്ലാതെ ഒരു അടുപ്പ് മാത്രമായിരുന്നു അയാളുടെ കൈമുതൽ. കഴിയാത്തത്ര ആക്രിയായിരുന്നു അയാൾ പാചകത്തിനുപയോഗിച്ചിരുന്ന സ്റ്റൗ.

ഒരു ദിവസം അയാളൊരു കേക്കുണ്ടാക്കാൻ തീരുമാനിച്ചു. മൈദ, പഞ്ചസാര, പ്ലം, ഉണക്കമുന്തിരി, വെള്ളം എന്നിങ്ങനെ ആവശ്യമായ സംഗതികളെല്ലാം സംഘടിപ്പിച്ചുകൊണ്ട്, രണ്ടുചുവട് നീളവും മൂന്ന് ചുവട് വണ്ണവുമുള്ള ഒരു കേക്ക് അയാൾ മെനഞ്ഞെടുത്തു. തീർച്ചയായും അതൊരു ഉത്കൃഷ്ടമായ ഭക്ഷ്യവസ്തുതന്നെയായിരുന്നു. (അതൊരു മാന്ത്രിക രഹസ്യമാണ്!) സ്റ്റൗവിന്മേൽ വച്ച് അതിൽ വീണ്ടും വീണ്ടും ചൂട് കയറ്റിക്കൊണ്ടിരുന്നു; ശരിക്കും മൊരിയുമ്പോൾ കേക്കിനുണ്ടാകുന്ന തവിട്ടുനിറവും, കൊതിപ്പിക്കുന്ന മണവും, ഇന്ദ്രിയങ്ങളെ മയക്കുംവരെ അയാളത് തുടർന്നു.

എന്നാൽ, കേക്ക് കഴിക്കാൻ തുടങ്ങിയപ്പോഴേക്കും അവിടേക്ക് അപ്രതീക്ഷിതമായി ഒരു അതിഥിയെത്തി. അതൊരു കാണ്ടാമൃഗമായിരുന്നു. മൂക്കിന്മേൽ ഉയർന്നു നിൽക്കുന്ന ഒറ്റക്കൊമ്പും, പന്നികളുടേതു പോലുള്ള കണ്ണുകളും, വിചിത്രമായ ചേഷ്ടകളും കൊണ്ട് കാണ്ടാമൃഗം തനിസ്വരൂപം കാട്ടി.

അക്കാലത്ത്, കാണ്ടാമൃഗത്തിന്റെ പുറന്തോൽ വലിഞ്ഞുമുറുകിയ മട്ടി ലായിരുന്നു. അതിന്മേൽ ചുളിവുകളോ ചതവുകളോ ഒന്നുമുണ്ടായിരു ന്നില്ല. നോഹയുടെ പെട്ടകത്തിലുണ്ടായിരുന്ന കാണ്ടാമൃഗത്തെപ്പോലെ തന്നെ; എന്നാൽ അതേക്കാൾ ഒരല്പം വലുപ്പക്കൂടുതലുണ്ടായിരുന്നു വെന്നതാണ് വാസ്തവം. അന്നും ഇന്നും ഇനിയുള്ള കാലത്തും മറ്റുള്ള വരോട് എങ്ങനെയാണ് പെരുമാറേണ്ടതെന്ന് യാതൊരു ധാരണയുമി ല്ലാത്ത ഒരു ജന്തു.

കാണ്ടാമൃഗം "ഹൗ!" എന്നൊരു ശബ്ദമുണ്ടാക്കിയപ്പോഴേക്കും, ഭയന്നു വിറച്ചുപോയ പാർസി, നിമിഷനേരം കൊണ്ട് തൊട്ടടുത്തുണ്ടാ യിരുന്ന പനയുടെ മുകളിലെത്തിക്കഴിഞ്ഞിരുന്നു. ഏറെ ശ്രമപ്പെട്ട് ചെയ്ത താണെങ്കിലും കേക്കിനേക്കാൾ വലുതാണല്ലോ ജീവൻ. സൂര്യകിരണ ങ്ങളേക്കാൾ ശോഭ പ്രതിഫലിപ്പിക്കുന്ന തൊപ്പി മാത്രമായിരുന്നു അന്നേരം അയാളുടെ പക്കലുണ്ടായിരുന്നത്.

മൂക്കിന്മേൽ ഉയർന്നു നിൽക്കുന്ന ഒറ്റക്കൊമ്പുകൊണ്ട് സ്റ്റൗ തട്ടിമറി ച്ചിടുകയും, പെരുത്ത കൊതിയോടെ മൊരിച്ചെടുത്ത കേക്ക് മണ്ണിലിട്ടു രുട്ടുകയും, അതിനെ ചവിട്ടിത്തേക്കുകയും, കുറേഭാഗം കഴിക്കുകയും, അവിടമാകെ അലങ്കോലമാക്കിയിടുകയും ചെയ്ത കാണ്ടാമൃഗത്തിനെ പനയുടെ മുകളിൽ നോക്കിയിരിക്കാനേ പാർസിക്ക് കഴിഞ്ഞുള്ളൂ. കുറേ നേരം കഴിഞ്ഞ് വാലുംകുലുക്കി കാണ്ടാമൃഗം കടന്നുപോയതിനുശേഷം മാത്രമാണ് പാർസിക്ക് താഴെയിറങ്ങാനായത്.

നാലഞ്ച് ആഴ്ചകൾക്കുശേഷം ചെങ്കടലിൽ ശക്തമായ ഉഷ്ണക്കാറ്റ് വീശാൻ തുടങ്ങി. ചൂട് സഹിക്കാനാവാതെ എല്ലാവരും വസ്ത്രങ്ങൾ അഴിച്ചു മാറ്റാൻ തുടങ്ങി. പാർസി തൊപ്പി ഉപേക്ഷിച്ചു. പുറന്തോൽ ഊരി ചുമലിലിട്ടുകൊണ്ടായിരുന്നു കാണ്ടാമൃഗത്തിന്റെ നടത്തം. അവന്റെ ഭാവം കണ്ടാൽ കടലിൽ കുളിക്കാൻ പോകുന്നതുപോലെ തോന്നുമായിരുന്നു.

എന്നാൽ, തരംകിട്ടുമ്പോഴൊക്കെ വെള്ളം കടക്കാത്ത പുറന്തോൽ കുപ്പായം ഊരിവച്ച് കടലിൽ കുളിക്കാനിറങ്ങുന്ന പതിവും കാണ്ടാമൃഗ ത്തിനുണ്ടായിരുന്നു. പാർസിയുടെ കേക്ക് കഴിക്കുന്നതിന് മുമ്പോ അതിനു ശേഷമോ നന്നായി പെരുമാറാനറിയാത്ത, അവന് കടലിലിറങ്ങുമ്പോ ഴൊക്കെ മൂക്കിലൂടെ കുമിളകൾ പറത്തി കളിക്കുന്ന ശീലവുമുണ്ടായിരുന്നു.

ഒരു ദിവസം പാർസി കടൽത്തീരത്തുകൂടി നടക്കുമ്പോൾ, കടലിൽ കുളിക്കാനിറങ്ങിയ കാണ്ടാമൃഗം ഊരിവച്ച പുറന്തോൽ കുപ്പായം കര യിലിരിക്കുന്നത് കണ്ടു. അയാൾ ഒരു തവണ മാത്രമാണ് ചിരിച്ച തെങ്കിലും, രണ്ടുതവണ ചിരി അയാളുടെ മുഖം ചുറ്റിവന്നു. കൈകൾ കൂട്ടിത്തിരുമ്മിക്കൊണ്ട്, പുറന്തോൽക്കുപ്പായത്തിനു ചുറ്റും മൂന്നു തവണ അയാൾ നൃത്തം ചവിട്ടി. എന്നിട്ട് വേഗം അയാളുടെ കൂടാരത്തിലേക്ക് ഓടിപ്പോയി.

തൊപ്പിക്കുഴിയിൽ നിറയെ കേക്കുപൊടിയുമായിട്ടായിരുന്നു അയാൾ മടങ്ങിവന്നത്. കേക്ക് മാത്രം കഴിച്ച് ശീലിച്ചിരുന്ന അയാൾ, ഭക്ഷണം തന്റെ കൂടാരത്തിന് പുറത്തേക്ക് കൊണ്ടുപോകുന്നത് ആദ്യമായിട്ടായിരുന്നു. കാണ്ടാമൃഗത്തിന്റെ പുറന്തോലെടുത്ത് കുടഞ്ഞ് താഴെ വിരിച്ച പാർസി, അതിന്മേൽ ചുരണ്ടുകയും പരണ്ടുകയും, ചീന്തുകയും മാന്തുകയും, കിള്ളുകയും നുള്ളുകയും ഒക്കെ ചെയ്ത് പരമാവധി വരണ്ടതും പഴകിയതും അഴുക്കുപുരണ്ടതും ആക്കിത്തീർത്തു. അതിനുശേഷം തൊപ്പിയിൽ കരുതിയിരുന്ന കേക്കുപൊടിയും ഉണക്കമുന്തിരിയും അതിന്മേൽ വിതറി. അതോടെ, കാണ്ടാമൃഗത്തിന്റെ പുറന്തോൽ പരമാവധി വൃത്തികേടായി എന്നു പറയേണ്ടതില്ലല്ലോ? അത്രയും ചെയ്തതിനുശേഷം പാർസി വളരെപ്പെട്ടെന്ന് അടുത്തുള്ള ഒരു പനയുടെ മുകളിൽ കയറി ഇരിപ്പുറപ്പിച്ചു; കാണ്ടാമൃഗത്തിന്റെ കുളി കഴിഞ്ഞുള്ള മടങ്ങിവരവും കാത്ത്.

ഒടുവിൽ, കാണ്ടാമൃഗം കടലിൽ നിന്ന് കയറിവന്നു. കുപ്പായമെടുത്ത് മൂന്നാമത്തെ ബട്ടൺ ഇടാൻ തുടങ്ങിയതോടെ അവൻ അസ്വസ്ഥനായി. കിടക്കമേൽ കേക്ക്പൊടി കിടന്ന് ഇക്കിളിപ്പെടുത്തുന്നതുപോലെയാണ് അവന് ആദ്യം അതനുഭവപ്പെട്ടത്. പുറം ചൊറിയാൻ തുടങ്ങിയതോടെ, സംഗതിയാകെ കൂടുതൽ വഷളായി. കടൽത്തീരത്തെ മണലിൽ കിടന്നുരുളാൻ തുടങ്ങി. ഉരുണ്ടുരുണ്ടുരുണ്ടുരുണ്ട്..... ഓരോ തവണ ഉരുളുമ്പോഴും പുറന്തൊലിക്കുള്ളിലെ കേക്കിൻ കഷണങ്ങൾ കൂടുതൽ അസ്വസ്ഥത സൃഷ്ടിച്ചുകൊണ്ടിരുന്നു. അവൻ പനയുടെ അരികിലേക്ക് ഓടിച്ചെന്ന് പുറന്തോൽ അമർത്തി ഉരയ്ക്കാൻ തുടങ്ങി. ഉരച്ചുരച്ചുരച്ചുരച്ച്.... ഉരയുന്ന ഭാഗങ്ങളിലെല്ലാം പുറന്തോലിന് ഒടിവും ചുളിവും മടക്കും വീണുതുടങ്ങി. ആദ്യം ചുമലിലായിരുന്നു ചുളിവുകളെങ്കിൽ ക്രമേണ വയറ്റിലും കൈകാലുകളിലുമൊക്കെ ഒടിവും ചുളിവും വീണ് പുറന്തോൽ വികൃതമാകാൻ തുടങ്ങി. പുറന്തോൽ കുപ്പായത്തിന്റെ ബട്ടണുകൾ ഊരാൻ മെനക്കെടാതിരുന്നതിനാൽ പാർപ്പിടത്തിലെത്തിയിട്ടും പുറന്തൊലിക്കടിയിലെ കേക്കിൻ കഷണങ്ങൾ കിരുകിരുക്കുകയും ഇക്കിളിപ്പെടുത്തുകയും ചെയ്തുകൊണ്ടിരുന്നു. ഈർഷ്യയോടെ വീണ്ടും ശരീരമാസകലം അമർത്തി ഉരയ്ക്കാൻ തുടങ്ങിയതോടെ പുറന്തൊലിയുടെ കാര്യം കൂടുതൽ വഷളായി.

അന്നുമുതൽക്കാണ് കാണ്ടാമൃഗത്തിന്റെ പുറന്തോൽ ചുളുങ്ങി, ചുരുണ്ട്, വരണ്ട്, ചളിപുരണ്ട്, കീറി, പോറി, നാറി വികൃതമായിപ്പോയത്.

പനമുകളിലിരുന്ന് എല്ലാം കണ്ടുകൊണ്ടിരിക്കുകയായിരുന്ന പാർസി, കാണ്ടാമൃഗം പോയതിനു ശേഷം താഴെയിറങ്ങി, നേരെ കൂടാരത്തിലേക്കു ചെന്നു കയറി. സൂര്യകിരണങ്ങൾ പൂർവ്വാധികം ശോഭയോടെ പ്രതിഫലിപ്പിക്കുന്ന തൊപ്പിയും, പാചകത്തിനുപയോഗിച്ചിരുന്ന സ്റ്റൗവുമെടുത്ത് വേഗം സ്ഥലം കാലിയാക്കി. സോനാപൂരിലെ ചതുപ്പ് നിറഞ്ഞ ഏതോ പ്രദേശത്തേക്കാണ് അയാൾ പോയത് എന്നു മാത്രമറിയാം. ■

ഒട്ടകത്തിന് കൂനുണ്ടായ കഥ

ഒട്ടകത്തിന്റെ മുതുകിൽ കൂനുപോലെ വളഞ്ഞ ഒരു മുഴയുള്ളത് കണ്ടിട്ടില്ലേ? ലോകാരംഭകാലത്ത് അത്തരമൊരു കൂന് ഒട്ടകത്തിന്റെ മുതുകിൽ ഉണ്ടായിരുന്നില്ല.

ഒട്ടകത്തിന് കൂനുണ്ടായ കഥയാണ് ഇനി പറയുന്നത്.

ലോകാരംഭത്തിൽ, ഭൂമിയിലെ സകല മൃഗങ്ങളും മനുഷ്യർക്കുവേണ്ടി പണിയെടുക്കുന്ന കാലത്ത്, ഭയങ്കരമായ ഒരു മരുഭൂമിയിൽ, യാതൊരു പണിയും ചെയ്യാത്ത, ഭീകരമായ ശബ്ദത്തിൽ ഒച്ചയുണ്ടാക്കുക മാത്രം ചെയ്യുന്ന, കുഴിമടിയനായ ഒരു ഒട്ടകമുണ്ടായിരുന്നു. എന്നാൽ, ഭക്ഷണക്കാര്യത്തിൽ അവന് ഒട്ടും മടിയുണ്ടായിരുന്നതുമില്ല. അതുകൊണ്ടു തന്നെ, ഇളംപുല്ലെന്നോ കാരമുള്ളെന്നോ, വടിയെന്നോ തടിയെന്നോ ഭേദമില്ലാതെ, മുന്നിൽ വന്നുപെടുന്ന സകലതിനെയും വാരിവലിച്ചുവിഴുങ്ങുമായിരുന്നു ആ ജന്തു. ആരെങ്കിലും എന്തെങ്കിലും ചോദിച്ചുചെന്നാൽ തീർത്തും അലസമായി 'ഹമ്പ്!' എന്നു ചിനയ്ക്കും; അത്രമാത്രം. അതെ, 'കൂന്' എന്നർത്ഥമുള്ള 'ഹമ്പ്' തന്നെ! അതല്ലാതെ മറ്റൊരു ശബ്ദവും ആ ഒട്ടകത്തിന്റെ വായിൽനിന്ന് പുറത്തുവരില്ല.

അങ്ങനെയിരിക്കെ ഒരു ദിവസം ജീനി ധരിച്ച് സവാരിക്ക് തയ്യാറായ മട്ടിലുള്ള കുതിര ഒട്ടകത്തിനടുത്തെത്തി അവനെ വിളിച്ചു:

"ഏയ് ഒട്ടകക്കൂട്ടുകാരാ, സവാരിക്കു തയ്യാറാണെങ്കിൽ ഒപ്പം ചേർന്നോളൂ!"

"ഹമ്പ്!"

എന്ന ശബ്ദംകൊണ്ട് ഒട്ടകം കുതിരയെ മടക്കി അയച്ചു. കുതിര നേരെ ചെന്ന് അക്കാര്യം യജമാനനായ മനുഷ്യനോട് പറഞ്ഞു.

കുറേക്കഴിഞ്ഞ് ഒരു നായ ഒട്ടകത്തെ സമീപിച്ചു. വായിലിരുന്ന ചെറിയ തടിക്കഷണം താഴെ വച്ചിട്ട് ഒട്ടകത്തോട് ചോദിച്ചു:

"ഞങ്ങളോടൊപ്പം പോരുന്നോ; മനുഷ്യരെ സഹായിക്കാം!"

"ഹമ്പ്!"

എന്നല്ലാതെ മറ്റൊരു ശബ്ദവും ഒട്ടകത്തിൽ നിന്നുണ്ടായില്ല. നിരാശ യോടെ മടങ്ങിയ നായ മനുഷ്യനോട് അക്കാര്യം പറഞ്ഞു. പിന്നീട്, ചുമലിനിരുവശങ്ങളിലുമായി വടിയിൽക്കോർത്ത നിലയിൽ രണ്ടു തൊട്ടികളും തൂക്കി നടക്കുകയായിരുന്ന കാള ഒട്ടകത്തെ കണ്ടുമുട്ടി.

"ഞങ്ങളെപ്പോലെ നിലമുഴുവാൻ ഒപ്പം കൂടുന്നോ?" കാള ഒട്ടകത്തോട് ചോദിച്ചു.

"ഹമ്പ്!"

ഒട്ടകത്തിന്റെ മറുപടിയിൽ നീരസം തോന്നിയ കാളയും മനുഷ്യനോട് കാര്യം പറഞ്ഞു.

അന്ന് വൈകുന്നേരം, കുതിരയെയും നായയെയും കാളയെയും അരി കിൽ വിളിച്ച് പുതുപുത്തനായ ഭൂമിയെ നോക്കി മനുഷ്യൻ പറഞ്ഞു:

"മൂന്നുപേരും എന്നോട് ക്ഷമിക്കുക. മരുഭൂമിയിലെ ആ കൂനുപിടിച്ച ജന്തു ഒരു പണിയും ചെയ്യുന്നില്ല. അതിനെ എന്തു ചെയ്യണമെന്ന് എനി ക്കറിയില്ല. തത്ക്കാലം ഞാനതിനെ അതിന്റെ വഴിക്കുതന്നെ വിടുക യാണ്. അതുകൊണ്ട്, ...ആ പ്രശ്നം പരിഹരിക്കാൻ നിങ്ങൾ മൂന്നു പേരും ഇനിമുതൽ ഇരട്ടി പണിയെടുക്കണം."

പുതുപുത്തനായ ഭൂമിയിലേക്ക് നോക്കി മൂന്നുപേരും അസ്വസ്ഥരായി. മരുഭൂമിയുടെ അങ്ങേത്തലയ്ക്കൽ അലസനായി ഇളംപുല്ലുകളും ചവച്ചു കൊണ്ടിരുന്ന ഒട്ടകവും ആ വാർത്തയറിഞ്ഞു. എന്നിട്ടും തമാശപോലെ ആസ്വദിച്ച് ചിരിച്ചുകൊണ്ട് 'ഹമ്പ്' എന്നു പറഞ്ഞതല്ലാതെ യാതൊരു പ്രതികരണവുമുണ്ടായില്ല.

അതിനിടയിൽ, ആകാശമാർഗ്ഗേ മേഘങ്ങളിൽ വരികയായിരുന്ന, മരു ഭൂമിയുടെ നേരവകാശിയായ, ജിന്ന് (ജിന്നുകൾ അങ്ങനെയാണ്. മാന്ത്രി കരായ അവരുടെ പോക്കും വരവുമെല്ലാം മേഘങ്ങളിലൂടെയായിരിക്കും) ആ കാഴ്ചകണ്ട് താഴേക്കിറങ്ങി വന്നു.

"പിടിപ്പതു പണിയുള്ള ഈ പുതുപുത്തൻ ഭൂമിയിൽ, ഇങ്ങനെ ഒരാൾ മാത്രം ഇത്രയും അലസനും മടിയനുമായി കഴിയുന്നത് ന്യായമാണോ?"

കുതിര സങ്കടത്തോടെയാണ് ജിന്നിനോട് ചോദിച്ചത്.

"ഒരിക്കലുമല്ല."

ജിന്നിന്റെ മറുപടി കേട്ടതോടെ കുതിര കൂടുതൽ ഉഷാറായി.

".....എന്നാൽ, മരുഭൂമിയുടെ നടുവിൽ ഒരു ജന്തുവുണ്ട്; നീണ്ട കഴുത്തും, നീണ്ട കാലുകളുമുള്ള ഒരു ജന്തു. ഒരു പണിയും ചെയ്യാതെ മടിപിടിച്ച് കിടക്കുകയാണവൻ....."

"ഓഹോ, അതെന്റെ ഒട്ടകക്കുട്ടനാണല്ലോ? അറേബ്യയുടെ മുഴുവൻ സമ്പത്തും ചുമക്കേണ്ട ചുമലുകളാണ് അവന്റേത്. ആട്ടെ, അവനെന്താ നിങ്ങളോട് പറഞ്ഞത്?"

ജിന്നിന്റെ ചോദ്യത്തിന് മറുപടി നൽകിയത് നായയായിരുന്നു.

"ഹമ്പ്. അത്രമാത്രം. അവൻ ഞങ്ങളോടൊപ്പം ഒരു പണിക്കും കൂടി യതുമില്ല."

"അവൻ മറ്റെന്തെങ്കിലും പറഞ്ഞോ?"

"ഇല്ല. 'ഹമ്പ്' എന്നു മാത്രം."

കാളയാണ് ഇത്തവണ ജിന്നിന്റെ ചോദ്യത്തിന് മറുപടി കൊടുത്തത്.

"ശരി. അങ്ങനെയെങ്കിൽ...... നിങ്ങൾ ഒരു നിമിഷം കാത്തിരിക്കാ മെങ്കിൽ, ശരിക്കുള്ള 'ഹമ്പ്' എന്താണെന്ന് ഞാൻ കാട്ടിത്തരാം."

അത്രയും പറഞ്ഞുകൊണ്ട് ജിന്ന് തന്റെ കൈവശമുണ്ടായിരുന്ന മണൽ ഘടികാരം മരുഭൂമിയിലൂടെ ചുഴറ്റി, അതിന്മേൽ കണ്ണോടിച്ചു. ഒട്ടകത്തിന്റെ രൂപം അതിൽ തെളിഞ്ഞു വന്നു. മരുഭൂമിയിൽ അപൂർവമായി മാത്രം കാണപ്പെടാറുള്ള ഒരു നീരുറവയുടെ സമീപം, അലസമായി സ്വന്തം ശരീരത്തിന്റെ പ്രതിച്ഛായയും നോക്കി ആസ്വദിച്ചു നിൽക്കുകയായിരുന്നു അവൻ.

"സുഹൃത്തേ, ഞാനീ കേട്ടതൊക്കെ സത്യമാണോ? ഈ പുതു പുത്തൻ ഭൂമിയിൽ പണിയൊന്നും ചെയ്യാതെ അലസനായി കഴിയാൻ നിനക്കെങ്ങനെ തോന്നുന്നു?"

"ഹമ്പ്!"

ഒട്ടകത്തിന്റെ മറുപടി കേട്ട് നിരാശനായ ജിന്ന്, താടിക്ക് കൈയും കൊടുത്ത്, ഏതെങ്കിലും കടുത്ത മാന്ത്രികവിദ്യതന്നെ പ്രയോഗിക്കേണ്ടി വരുമെന്ന് ചിന്തിച്ചുകൊണ്ട് നിലത്തിരുന്നു. അപ്പോഴും, ജലാശയത്തിൽ പ്രതിഫലിച്ച സ്വന്തം നിഴലിനെ നോക്കി നിൽക്കുകയായിരുന്നു ഒട്ടകം.

"നിന്റെ അലസതകൊണ്ട്, മറ്റുള്ള മൂന്നുപേർക്കും തിങ്കളാഴ്ച മുതൽ ജോലിഭാരം ഏറിയിരിക്കുന്നു....."

ഒട്ടകത്തിനോട് സംസാരിക്കുന്നതിനിടയിലും, ചെയ്യാൻ പോകുന്ന മാന്ത്രികവിദ്യയെക്കുറിച്ച് ആലോചിക്കുകയായിരുന്നു ജിന്ന്. ആലോചന യുടെ ഒരു ഘട്ടത്തിലും താടി താങ്ങിയിരുന്ന കൈകളെ ജിന്ന് അവിടെ നിന്ന് പിൻവലിച്ചിരുന്നില്ല.

"ഹമ്പ്!"

ഒട്ടകത്തിന്റെ പ്രതികരണം ജിന്നിനെ കൂടുതൽ അസ്വസ്ഥനാക്കി.

"ഛെ! ഞാനായിരുന്നു നിന്റെ സ്ഥാനത്തെങ്കിൽ, ഈ വൃത്തികെട്ട ശബ്ദ പ്രകടനം എപ്പോഴേ അവസാനിപ്പിക്കുമായിരുന്നു. എത്ര നേര മായി ഞാനിത് സഹിക്കുന്നു. മര്യാദയ്ക്ക് നീ പോയി നിന്റെ പണി നോക്ക്. അതാ നിനക്ക് നല്ലത്!"

"ഹമ്പ്!"

51

ഒട്ടകത്തിന്റെ മറുപടിക്ക് മാറ്റമൊന്നുമുണ്ടായില്ല. എന്നാൽ അതേ സമയം, അഹങ്കാരത്തോടെ കൊണ്ടുനടന്ന അവന്റെ മിനുസമുള്ള മുതുക് മെല്ലെ വളയാൻ തുടങ്ങി. ആദ്യം ചെറിയൊരു മുഴപോലെ വീർത്തു വന്ന മുതുക് നിമിഷങ്ങൾകൊണ്ട് സാമാന്യം വലുപ്പമുള്ള ഒരു കൂനായി മാറി. ജലാശയത്തിലെ പ്രതിഫലനത്തിലൂടെ മുതുകിലെ കൂന് കണ്ടെങ്കിലും, അന്നേരം വാപൊളിച്ചു നിൽക്കാനേ ഒട്ടകത്തിന് കഴിഞ്ഞുള്ളൂ.

“നീയത് കണ്ടോ? മേലനങ്ങി അധ്വാനിക്കാതിരുന്നതുകൊണ്ട് നീ സ്വയം വരുത്തിവച്ച വിനയാണ് നിന്റെ കൂന്. ഇന്ന് വ്യാഴാഴ്ച. കഴിഞ്ഞ മൂന്നു ദിവസങ്ങളായി ഒരിക്കൽപ്പോലും നീ അധ്വാനിച്ചിട്ടില്ല. ഇനി മുതൽ നീയും പണിയെടുക്കാൻ പോവുകയാണ്.”

മരുഭൂമിയുടെ മുഴുവൻ അവകാശിയും അധികാരിയുമായ ജിന്നിന്റെ വാക്കുകൾ കേട്ട് ഒട്ടകത്തിന് കരച്ചിൽവന്നു.

“മുതുകിൽ ഈ കൂനും വച്ചുകൊണ്ട് ഞാനെങ്ങനെ പണിയെടുക്കും?”

“എന്നാൽ കേട്ടോളൂ, ഞാനത് കരുതിക്കൂട്ടി ചെയ്തതാണ്. നീ കാരണം മൂന്ന് ദിവസത്തെ ജോലിയാണ് മുടങ്ങിയത്. അതുകൊണ്ട്, ഇനിയുള്ള മൂന്ന് ദിവസങ്ങൾ നീ തുടർച്ചയായി പണിയെടുക്കണം; അതും ഭക്ഷണം കൂടാതെ! ഭക്ഷണം കഴിക്കാതെ മൂന്നുദിവസം ജീവിക്കാൻ വേണ്ടിയാണ് നിനക്ക് ഈ കൂന് തന്നിരിക്കുന്നത്. നിനക്കുവേണ്ടി ഞാനൊന്നും ചെയ്തില്ലെന്ന് പിന്നീടൊരിക്കലും പരാതി പറയാതിരിക്കുകയും വേണമല്ലോ? എന്നാൽ ഒട്ടും സമയം പാഴാക്കേണ്ടാ, വിശാലമായ ഈ മരുഭൂമിയിലേക്ക് ഇറങ്ങി മറ്റുള്ള മൂന്നുപേരോടുമൊപ്പം ജോലി തുടങ്ങിക്കോളൂ...”

ജിന്നിന്റെ വാക്കുകൾ കേട്ടതോടെ, കൂനിപ്പിടിച്ചിരുന്ന ഒട്ടകം കൂനിക്കൂനി നടന്നുനടന്ന് മറ്റുള്ളവർക്കൊപ്പം ചേർന്നു. അങ്ങനെ, അന്നുമുതലാണ് ഒട്ടകം സ്വന്തം ചുമലിൽ കൂനിനെക്കൂടി ചുമന്നുതുടങ്ങിയത്. (നമ്മളിപ്പോൾ ‘കൂന്’ എന്നു പറയുന്നുണ്ടെങ്കിലും, അത് അവന്റെ വികാരങ്ങളെ വ്രണപ്പെടുത്താൻ വേണ്ടിയല്ല).

ഒടുവിൽ, ഒട്ടകത്തിന് എന്താണ് സംഭവിച്ചതെന്നറിയണ്ടേ? ഭൂമി പുതുപുത്തനായി കിടന്ന ആദ്യമൂന്നു ദിവസങ്ങളിൽ പണിയെടുക്കാതിരുന്നതിന്റെ കടം വീട്ടാൻ ഒട്ടകം അന്നുമുതൽ തന്നാലാവുംവിധം ശ്രമിക്കുന്നുണ്ടെങ്കിലും, അവനിതേവരെ അതിന് കഴിഞ്ഞിട്ടില്ല എന്നതാണ് വാസ്തവം. തന്നെയുമല്ല, മറ്റുള്ളവരോട് എങ്ങനെ മര്യാദയ്ക്ക് പെരുമാറണമെന്നും അവനിതേവരെ പഠിച്ചിട്ടില്ല. അതുകൊണ്ടെന്താ, ഇപ്പോഴും കൂനും ചുമന്നു മരുഭൂമിയിലൂടെ നടക്കുകയാണവൻ!

■

തിമിംഗിലത്തിന് കഴുത്തുണ്ടായ കഥ

തിമിംഗിലത്തിന്റെ, അരിപ്പപോലുള്ള വലിയ കഴുത്ത് കണ്ടിട്ടില്ലേ? പ്രിയപ്പെട്ട ചങ്ങാതീ, തിമിംഗിലത്തിന് കഴുത്തുണ്ടായ കഥയാണ് ആദ്യം പറയാൻ പോകുന്നത്.

പണ്ടൊരിക്കൽ, കരകാണാക്കടലിന്റെ നടുവിൽ, മത്സ്യങ്ങളെയും തിന്ന് കുശാലായി കഴിഞ്ഞിരുന്ന ഒരു വലിയ തിമിംഗിലമുണ്ടായിരുന്നു. കണ്ടതും കിട്ടിയതുമായ സകലതിനെയും വലിച്ചുവാരി തിന്നുന്ന ഒരു പെരുംവയറനായിരുന്നു അവൻ. അതുകൊണ്ടുതന്നെ, താരമീനും പാരമീനും, ഞണ്ടും തൊണ്ടും, നെയ്മീനും നെയ്യില്ലാത്ത മീനും, ചൂരയും കോരയും, തുള്ളനും മുള്ളനും, അയലയും ചാളയും, മാക്രിയും പീക്രിയും, മാന്തളും കൂന്തളും, ഈലും സീലും എന്നിങ്ങനെ ചെറുതും വലുതുമായ പലജാതി മീനുകളും തീനുകളും അവന്റെ തൊണ്ടക്കുഴിയിലൂടെ നിർബാധം വയറ്റിനുള്ളിലേക്ക് കടന്നുപൊയ്ക്കൊണ്ടിരുന്നു. അവസാനം, ഒരു ചെറുമീൻ മാത്രം ആ വലിയ കടലിൽ അവശേഷിച്ചു. കൗശലക്കാരനായ ആ ചെറുമീനാകട്ടെ, തടിയനായ തിമിംഗിലത്തിന്റെ വലതു ചെവിയോട് ചേർന്ന് സഞ്ചരിച്ചിരുന്നതുകൊണ്ട് മാത്രമാണ് ജീവൻ നഷ്ടമാകാതിരുന്നത്. അങ്ങനെയിരിക്കെ ഒരുനാൾ, പൊണ്ണത്തടിയനായ തിമിംഗിലം വാല് നിലത്ത്കുത്തി നിന്നുകൊണ്ട് കരയാൻ തുടങ്ങി: “എനിക്ക് വിശക്കുന്നു.....”

ആപത്ത് തൊട്ടടുത്തെത്തിയെന്നു മനസ്സിലാക്കിയ കൗശലക്കാരനായ ചെറുമീൻ വിനീതശബ്ദത്തിൽ തിമിംഗിലത്തിന്റെ ശ്രദ്ധയാകർഷിക്കാൻ ശ്രമിച്ചു:

“മഹാപ്രഭോ, അങ്ങ് എപ്പോഴെങ്കിലും മനുഷ്യനെ രുചിച്ചിട്ടുണ്ടോ?”

“ഇല്ല. അതെങ്ങനെയിരിക്കും?”

തിമിംഗിലത്തിന്റെ ആർത്തിയോടെയുള്ള ചോദ്യം കേട്ടതോടെ ചെറുമീനിന് ശ്വാസം നേരെവീണു.

"കൊള്ളാം, ഉഗ്രൻ സാധനമാണ്. പക്ഷേ, ഒരല്പം ചീർത്തതാണ്."

കൗശലക്കാരനായ ചെറുമീൻ തട്ടിവിട്ടു.

"എന്നാൽ കുറേയെണ്ണത്തിനെ എനിക്ക് ഉടനെ വേണം."

വാല് ചുഴറ്റി കടൽനുര പതപ്പിച്ചുകൊണ്ട് തിമിംഗിലം ആവേശഭരിതനായി.

"ഒരു നേരത്തേക്ക് ഒരെണ്ണം തന്നെ ധാരാളം...."

തിമിംഗിലത്തിന്റെ ആകാംക്ഷയെ ഉദ്ദീപിപ്പിച്ചുകൊണ്ട് കൗശലക്കാരനായ ചെറുമത്സ്യം പറഞ്ഞുതുടങ്ങി:

"അക്ഷാംശരേഖയിൽ അമ്പത് ഡിഗ്രി വടക്കുമാറി, രേഖാംശരേഖയിൽ നാല്പത് ഡിഗ്രി പടിഞ്ഞാറ് മാറി ചെന്നാൽ...... (ഇതേവരെ ആരും കണ്ടിട്ടില്ലാത്ത മായാരേഖകളാണത്). ഉൾക്കടലിൽ പൊന്തിക്കിടക്കുന്ന ഒരു ചങ്ങാടത്തിൽ, നീല നിറമുള്ള കാലുറകൾ മാത്രം ധരിച്ച, അതിന്റെ രണ്ടു വള്ളികളും ചുമലിൽ നിന്ന് അലസമായി അഴിഞ്ഞുവീണു കിടക്കുന്ന മട്ടിൽ (ആ കാലുറകളുമായി ബന്ധിക്കപ്പെട്ടിരിക്കുന്ന രണ്ടു വള്ളികളെ ഒന്നു പ്രത്യേകം ശ്രദ്ധിച്ചേക്കണേ ചങ്ങാതീ....) ഒരു മനുഷ്യൻ ഇരിക്കുന്നത് കാണാം. ഒരു മടക്കുകത്തി മാത്രം കൈവശമുള്ള അയാളെ - കപ്പൽച്ഛേദം വന്ന നാവികനെ - ഒരിക്കലും വിലകുറച്ച് കാണരുത്. കാരണം അയാൾ അപാരമായ കഴിവും കാര്യപ്രാപ്തിയുമുള്ള മനുഷ്യകുലത്തിന്റെ പ്രതിനിധിയാണ്."

അങ്ങനെ, കൗശലക്കാരനായ ചെറുമീൻ പറഞ്ഞ ഇടത്തേക്ക്, മുന്നും പിന്നും ആലോചിക്കാതെ, ആ പൊണ്ണൻ തിമിംഗിലം സർവശക്തിയുമെടുത്ത് നീന്തിത്തുടങ്ങി. ഏറെ നേരത്തെ പരിശ്രമത്തിനു ശേഷമാണ് ആ സ്ഥലം കണ്ടെത്താൻ തന്നെ കഴിഞ്ഞത്. അവിടെ, കടലിൽ പൊന്തിക്കിടക്കുന്ന ചങ്ങാടത്തിൽ, നീല പാന്റ്സ് മാത്രം ധരിച്ച്, അതിൽ ബന്ധിക്കപ്പെട്ടിരിക്കുന്നെങ്കിലും ചുമലിൽ നിന്ന് ഊർന്നുവീണു കിടക്കുന്ന ഒരു ജോഡി വള്ളികളുമായി (ആ വള്ളികളെ ഓർക്കുന്നുണ്ടാകുമല്ലോ, ചങ്ങാതീ....), ഒരു മടക്കുകത്തി മാത്രം കൈവശമുണ്ടായിരുന്ന, കപ്പൽ തകർന്ന് ഒറ്റപ്പെട്ടുപോയ, കാല്പാദങ്ങൾ വെള്ളത്തിലേക്ക് ഇറക്കിവച്ച നിലയിൽ ആ മനുഷ്യൻ ഇരിക്കുന്നുണ്ടായിരുന്നു. (സമുദ്രസഞ്ചാരത്തിനു വേണ്ടിയാണ് അയാൾ ഇറങ്ങിപ്പുറപ്പെട്ടതെങ്കിലും, അത് ഈ വിധത്തിൽ കലാശിക്കുമെന്ന് ഒട്ടും പ്രതീക്ഷിച്ചില്ല. എങ്കിലും, അയാൾ എന്തും നേരിടാനുള്ള കാര്യപ്രാപ്തിയുള്ള മനുഷ്യകുലത്തിന്റെ പ്രിതിനിധിയായിരുന്നു).

അയാളെ വിഴുങ്ങാനായി മുന്നോട്ടാഞ്ഞ തിമിംഗിലത്തിന്റെ വായ തുറന്ന്, തുറന്ന്, തുറന്ന്..... അതിന്റെ വാലറ്റം വരെയെത്തി. അങ്ങനെ, കപ്പൽച്ഛേദം വന്ന നാവികനെയും, അയാളിരുന്ന ചങ്ങാടത്തെയും, അയാളുടെ നീല കാലുറകളെയും, അതിന്മേൽ അലസമായി തൂങ്ങിക്കിടന്ന

വള്ളികളെയും (അതിനെ നിങ്ങൾ ഒരിക്കലും മറക്കരുതേ...), കൈവശമുണ്ടായിരുന്ന മടക്കുകത്തിയെയും ചേർത്ത് ഒറ്റയടിക്ക് അകത്താക്കി. ഉരുണ്ടതും ഇരുണ്ടതും വരണ്ടതുമായ വായിലേക്ക് എല്ലാംകൂടി ചുരുണ്ടുകയറിയ നിമിഷം, ഒരു വലിയ ശബ്ദത്തോടെ തിമിംഗിലം വായപൂട്ടി. എന്നിട്ട് വാല് നിലത്തൂന്നി സന്തോഷസൂചകമായി മൂന്നു തവണ വട്ടംകറങ്ങി.

തിമിംഗിലത്തിന്റെ ഉരുണ്ടതും ഇരുണ്ടതും വരണ്ടതുമായ വായിൽ പെട്ടുപോയെന്ന് മനസ്സിലാക്കിയ നാവികൻ - അപാരമായ സാമർത്ഥ്യവും കാര്യപ്രാപ്തിയുമുള്ള മനുഷ്യകുലത്തിന്റെ പ്രതിനിധി - അവിടെനിന്ന് പുറത്തുകടക്കാനുള്ള ഉപായങ്ങൾ ആലോചിച്ചുതുടങ്ങി. അയാൾ അതിനുള്ളിൽ ചാടാനും ഓടാനും ആടാനും നിരങ്ങാനും ചരിയാനും തിരിയാനും മറിയാനും ചൊറിയാനും വീഴാനും താഴാനും ഇഴയാനും ഒളിക്കാനും കളിക്കാനും പുളയ്ക്കാനും തുള്ളാനും നുള്ളാനും അലയാനും അലറാനും കരയാനും കൂവാനും ഏങ്ങാനും മോങ്ങാനും തുടങ്ങിയതോടെ തിമിംഗിലം, ഉള്ളിൽ തീ കത്തുന്നതുപോലെ അസ്വസ്ഥനായി. (ആ വള്ളികളെ നിങ്ങൾ മറന്നില്ലല്ലോ?)

“ഈ മനുഷ്യൻ വലിയ കുഴപ്പക്കാരനാണെന്നും തോന്നുന്നു. എനിക്കാണെങ്കിൽ എക്കിളും ഏമ്പക്കവും ഒന്നിച്ചുവരുന്നതുപോലെ തോന്നുന്നു. എന്താ ചെയ്യേണ്ടത്?”

തിമിംഗിലം ഈർഷ്യയോടെ കൗശലക്കാരനായ ചെറിയമീനിനു നേരെ തിരിഞ്ഞു.

“അയാളോട് വായിൽ നിന്നിറങ്ങി പുറത്തുപോകാൻ പറയ്....”

ചെറിയമീൻ ബുദ്ധി ഉപദേശിച്ചു.

ആ ഉപായം നല്ലതെന്നു തോന്നിയ തിമിംഗിലം സമയം കളയാതെ നാവികനെ വിളിച്ചു.

“ഏയ്, മര്യാദയ്ക്ക് വെളിയിലിറങ്ങി സ്ഥലം കാലിയാക്കാൻ നോക്ക്. എനിക്ക് എക്കിളും ഏമ്പക്കവും ഒന്നിച്ചുവരുന്നതുപോലെ തോന്നുന്നു.”

“ഇല്ല. എനിക്കത് കഴിയില്ല. നിർബന്ധമാണെങ്കിൽ ഒരുകാര്യം ചെയ്യൂ, എന്നെ, എന്റെ ജന്മദേശത്ത് എത്തിച്ചാൽ മതി. ഞാനിറങ്ങി പൊയ്ക്കൊള്ളാം.”

അത്രയും പറഞ്ഞതിനുശേഷം, നാവികനായ ആ മനുഷ്യൻ മുമ്പത്തേതിലും ഭീകരമായി ആടാനും അലറിവിളിക്കാനും തുടങ്ങി.

“അയാളെ വേഗം വീട്ടിലെത്തിക്കാൻ നോക്ക്. ഞാൻ നേരത്തേ മുന്നറിയിപ്പ് തന്നിരുന്നു, അയാൾ കഴിവും കാര്യപ്രാപ്തിയുമുള്ള മനുഷ്യകുലത്തിന്റെ പ്രതിനിധിയാണെന്ന്.”

ചെറുമത്സ്യത്തിന്റെ ഉപദേശം അനുസരിക്കുന്നതാണ് നല്ലതെന്ന് തിമിംഗിലത്തിന് ബോധ്യമായി.

അങ്ങനെ, ഇരുചിറകുകളും വാലും ചലിപ്പിച്ച്, ഇടയ്ക്കിടെ തികട്ടി വരുന്ന എക്കിളിനെയും ഏമ്പക്കത്തെയും വകവയ്ക്കാതെ, നാവികന്റെ ജന്മദേശമായ വെളുത്ത മലഞ്ചരിവുകളോട് ചേർന്ന തീരത്തേക്ക് തിമിംഗിലം തന്നാലാവുംവിധം നീന്തിയെത്തി. വാപൊളിച്ച തിമിംഗിലം, കടൽത്തീരത്തുനിന്ന് എത്തിച്ചേരാവുന്ന സ്ഥലപ്പേരുകൾ പറഞ്ഞുതുടങ്ങി. സ്വദേശത്തിന്റെ പേര് കേട്ടതോടെ നാവികൻ വായുടെ പുറത്തേക്ക് വന്നു.

എന്നാൽ, തിമിംഗിലം ആ തീരത്തേക്ക് വരുന്ന നേരംകൊണ്ട്, നാവികനായ ആ മനുഷ്യൻ - കഴിവും കാര്യപ്രാപ്തിയുമുള്ള മനുഷ്യകുലത്തിന്റെ പ്രതിനിധിയായ മനുഷ്യൻ തന്നെ - കൈവശമുണ്ടായിരുന്ന മടക്കുകത്തികൊണ്ട് ചങ്ങാടത്തിന്റെ തടി, നെടുകെയും കുറുകെയും വച്ചുകെട്ടി ചതുരാകൃതിയിലുള്ള ഒരു അരിപ്പ നിർമ്മിച്ചിരുന്നു. എന്നിട്ട് അതിനെ തിമിംഗിലത്തിന്റെ തൊണ്ടക്കുഴിയിലേക്ക് ചേർത്ത് വച്ചുകെട്ടുകയും ചെയ്തു. കാലുറകളിൽ നിന്ന് തൂങ്ങിയിരുന്ന ഒരു ജോഡി വള്ളികൾ കൊണ്ടായിരുന്നു അരിപ്പ കെട്ടിയുറപ്പിച്ചത്. (ഇപ്പോൾ നിങ്ങൾക്കു മനസ്സിലായിക്കാണുമല്ലോ വള്ളികളെ മറക്കരുതെന്ന് പറഞ്ഞിരുന്നത് എന്തിനായിരുന്നുവെന്ന്!) കെട്ടിയുറപ്പിച്ചതോടെ അരിപ്പ തിമിംഗിലത്തിന്റെ തൊണ്ടയിൽത്തന്ന തങ്ങിനിന്നു.

അലസനും മടിയനുമായിരുന്നെങ്കിലും, സ്വന്തം നാട്ടിലെ കടൽക്കരയിലെ വെള്ളാരങ്കല്ലുകളിലും മണൽത്തരികളിലും ചവിട്ടി പുതിയ ജീവിതത്തിലേക്ക് നടന്നു പോയ നാവികൻ നേരെ വീട്ടിലേക്കാണ് ചെന്നുകയറിയത്. അയാൾ പിന്നീടൊരിക്കലും കാലുകൾ കടൽവെള്ളത്തിൽ നനച്ചതേയില്ല. കുറേ നാളുകൾക്കുശേഷം അയാൾ വിവാഹിതനായി സന്തോഷത്തോടെ ജീവിച്ചു. തിമിംഗിലവും വിവാഹിതനായെങ്കിലും അവന്റെ ജീവിതം അത്ര സുഖകരമായിരുന്നില്ല.

തൊണ്ടക്കുഴിയിൽ വലക്കണ്ണികൾ കുടുങ്ങിയതോടെ വിഴുങ്ങാനും ചവയ്ക്കാനും വയ്യാതായ തിമിംഗിലത്തിന് ചെറിയ, തീരെ ചെറിയ മീനുകളെ മാത്രമേ കഴിക്കാൻ കഴിയൂ എന്ന അവസ്ഥ വന്നുചേർന്നു. എന്നു മാത്രമല്ല, മനുഷ്യരെയോ മനുഷ്യക്കുട്ടികളെയോ ആഹാരമാക്കുന്ന കാര്യം ചിന്തിക്കാൻ പോലും കഴിഞ്ഞതുമില്ല. ചെറുമത്സ്യങ്ങളെ അകത്തേക്ക് അരിച്ചെടുക്കുന്നതുകൊണ്ട് ക്രമേണ തിമിംഗിലത്തിന്റെ കഴുത്ത് സഞ്ചിപോലെ വീർത്ത് തൂങ്ങുകയും ചെയ്തു.

അതേസമയം, കൗശലക്കാരനായ ചെറിയ മത്സ്യം കടലിനടിയിലൂടെ കടന്നുപോകുന്ന ഭൂമധ്യരേഖയിലെ കട്ടിളപ്പടിയുടെ ചുവട്ടിലുണ്ടായിരുന്ന ചളിക്കുണ്ടിൽ പോയി ഒളിജീവിതം നയിക്കാൻ നിർബന്ധിതനായി. കാരണം, അവനറിയാമായിരുന്നു തിമിംഗിലത്തിന് തന്നോടുള്ള കലി അടങ്ങിയിട്ടില്ലെന്ന്. അങ്ങനെ, അന്നുമുതൽ മുന്നിൽ വന്നുപെടുന്ന എല്ലാ ചെറുമീൻ കൂട്ടത്തിനിടയിലും കൗശലക്കാരനായ ആ ചെറുമത്സ്യത്തെ അന്വേഷിച്ചുകൊണ്ടിരിക്കുകയാണ്, പാവം തിമിംഗിലം! ■

പുലിയുടെ ശരീരത്തിൽ പുള്ളികളുണ്ടായ കഥ

അക്കാലത്ത്, പുലിയുടെ ദേഹത്ത് പുള്ളികളുണ്ടായിരുന്നില്ല. പുലിയുടെ ശരീരത്തിൽ പുള്ളികളുണ്ടായ കഥയാണ് ഇനി പറയുന്നത്.

ഭൂമിയിലെ സകല ജന്തുക്കളും സ്വൈരവിഹാരം നടത്തിയിരുന്ന ആ നാളുകളിൽ, പ്രിയസ്നേഹിതാ, പുലി പാർത്തിരുന്നത് ഉയർന്ന മൊട്ടക്കാടുകളിലായിരുന്നു. (ആഫ്രിക്കൻ കാടുകളിൽ ചെറിയ പുൽമൈതാനങ്ങൾ പോലെ തോന്നിപ്പിക്കുന്ന ചിലയിടങ്ങളുണ്ട്. അത്തരം സ്ഥലങ്ങളെയാണ് 'മൊട്ടക്കാട്' എന്നു വിശേഷിപ്പിക്കുന്നത്) താഴ്ന്ന മൊട്ടക്കാടുകളും, കുറ്റിച്ചെടികൾ മാത്രം നിറഞ്ഞ മൊട്ടക്കാടുകളും, പുളിയൻ മൊട്ടക്കാടുകളുമുണ്ടായിരുന്നെങ്കിലും, പുലിക്ക് ഏറ്റവും ഇഷ്ടപ്പെട്ടത്, തരിശുപോലെ തോന്നിക്കുമെങ്കിലും വെയിലേറ്റു തിളങ്ങുന്ന ഉയർന്ന മൊട്ടക്കാട് തന്നെയായിരുന്നു. അവിടെയുണ്ടായിരുന്ന മണ്ണിനും പാറക്കെട്ടിനും പുൽമേടിനുമെല്ലാം ഒരേനിറം തന്നെയായിരുന്നു; മണ്ണിന്റെ മഞ്ഞനിറം. ജിറാഫിനും സീബ്രായ്ക്കും ഇലന്ത്കാളയ്ക്കും വരയാടിനും കൃഷ്ണമൃഗത്തിനുമൊപ്പമായിരുന്നു പുലിയുടെ പൊറുതി. അവിടെയുണ്ടായിരുന്ന സകല മൃഗങ്ങൾക്കും മണ്ണിന്റെ മഞ്ഞയും തവിട്ടും കലർന്ന നിറമായിരുന്നെങ്കിലും, ഒരു തലമുടിനാരിഴ വ്യത്യാസത്തിൽ പുലിയുടെ ദേഹത്തിലുള്ള മഞ്ഞയും തവിട്ടും ചാരവും കലർന്ന മണ്ണിന്റെ നിറമായിരുന്നു, ഉയർന്ന മൊട്ടക്കാടുകളുടെ നിറവുമായി കൂടുതൽ അടുപ്പമുണ്ടായിരുന്നത്.

ജിറാഫിനും സീബ്രായ്ക്കും മറ്റുള്ള മൃഗങ്ങൾക്കും അക്കാര്യം അത്ര രസിച്ചിരുന്നില്ല. എന്നാൽ പുലിയാകട്ടെ, നിറത്തിന്റെ ആനുകൂല്യം പരമാവധി മുതലെടുക്കുകയും ചെയ്തിരുന്നു. മണ്ണിന്റെ നിറമുള്ള പാറക്കൂട്ടത്തിലോ പുൽമെത്തയിലോ പതുങ്ങിക്കിടന്ന്, ജിറാഫോ സീബ്രായോ ഇലന്ത്കാളയോ വരയാടോ പുള്ളിമാനോ കലമാനോ വരുമ്പോൾ അവരുടെ കഥകഴിക്കാൻവേണ്ടി തീർത്തും അപ്രതീക്ഷിതമായി ചാടിവീഴുന്ന പതിവ് അവനുണ്ടായിരുന്നു. അവനെ കൂടാതെ ഒരു

എത്യോപ്യനും അമ്പുംവില്ലുമായി വേട്ടയാടാൻ അവിടെയുണ്ടായിരുന്നു. (ആ മനുഷ്യനും മണ്ണിന്റെ മഞ്ഞയും തവിട്ടും ചാരവും കലർന്ന നിറമായിരുന്നു) പുലിക്കും മറ്റു മൃഗങ്ങൾക്കുമൊപ്പം ആ മനുഷ്യനും ഉയർന്ന മൊട്ടക്കാടുകളിൽ തന്നെയായിരുന്നു കഴിഞ്ഞിരുന്നത്. മിക്കവാറും അവസരങ്ങളിൽ അവർ രണ്ടുപേരും ഒന്നിച്ചായിരുന്നു വേട്ടയാടിയിരുന്നത്; അമ്പുംവില്ലും കൊണ്ട് എത്യോപ്യനും, പല്ലും നഖവും ഉപയോഗിച്ച് പുലിയും. അതുകൊണ്ടുതന്നെ അവിടെയുണ്ടായിരുന്ന ജിറാഫിനോ, ഇലന്ത്കാളയ്ക്കോ, വരയാടിനോ, വരയില്ലാ സീബ്രയ്ക്കോ മറ്റു മൃഗങ്ങൾക്കോ എവിടേയ്ക്ക് ചാടിയോടിയാലാണ് രക്ഷപ്പെടുകയെന്ന് യാതൊരു നിശ്ചയവുമില്ലായിരുന്നു. പ്രിയ സ്നേഹിതാ, അവരങ്ങനെ ഓടിയിട്ട് യാതൊരു കാര്യവുമില്ലായിരുന്നു എന്നതാണ് വാസ്തവം!

കുറേക്കാലത്തിനു ശേഷം, സംഗതികളാകെ മാറിമറിഞ്ഞു. മറ്റു മൃഗങ്ങൾ പുലിയെയോ എത്യോപ്യനെയോ പോലെ തോന്നിപ്പിക്കുന്ന സകലതിനെയും ഒഴിവാക്കാൻ തുടങ്ങി. നീണ്ട കാലുകളുംകൊണ്ട് ജിറാഫായിരുന്നു ആദ്യം അവിടം വിട്ടുപോയത്. ഒരുപാട് ദിവസത്തെ അലച്ചിലിനും യാത്രകൾക്കുമൊടുവിൽ ജിറാഫ്, ഒത്തിരി പച്ചപ്പും നിറയെ മരങ്ങളുമുള്ള ഒരു കൊടുവനത്തിലെത്തിച്ചേർന്നു. വൃക്ഷത്തലപ്പുകളും കുറ്റിച്ചെടികളും തീർത്ത, ചിന്നിച്ചിതറി - മിന്നിമിനുങ്ങിയ നിഴലിടങ്ങളിൽ ഒരുപാട് ഒളിയിടങ്ങൾ കണ്ടെത്താൻ ജിറാഫിന് കഴിഞ്ഞു. പതിഞ്ഞും തെളിഞ്ഞും വീണുകൊണ്ടിരുന്ന വൃക്ഷനിഴലുകൾ ജിറാഫിന്റെ ശരീരത്തിൽ മഷിക്കട്ട പോലുള്ള വലിയ പാടുകൾ തീർത്തു. അതേസമയം, സീബ്രായുടെ ശരീരത്തിൽ നിരന്തരം ഏറ്റുകൊണ്ടിരുന്ന നിഴലിനും വെളിച്ചത്തിനും അനുസരിച്ച് വരയും കുറിയും പതിഞ്ഞു. ഇലന്ത്കാളയുടെയും വരയാടിന്റെയും ശരീരങ്ങളിൽ സദാസമയം നിഴൽവീണതോടെ, അവരുടെ ശരീരം കൂടുതൽ ഇരുണ്ടു. മാത്രമല്ല, തായ്ത്തടിയോട് പറ്റിച്ചേർന്ന് ചുരുണ്ടുകൂടിയിരിക്കുന്ന മരവുരി എന്നു തോന്നിക്കുന്ന ചാരനിറം അവരുടെ പിൻഭാഗത്തും കാണപ്പെട്ടു. അതുകൊണ്ടുതന്നെ, അവറ്റകളുടെ ശബ്ദം കാതിൽ വീഴുമായിരുന്നെങ്കിലും; ഗന്ധം മൂക്കിൽ തുളച്ചുകയറുമായിരുന്നെങ്കിലും; മറ്റുള്ളവരുടെ കണ്ണുകളിൽ വിരളമായേ പതിയുമായിരുന്നുള്ളൂ. അങ്ങനെ, കാനനച്ഛായയുടെ അപാരമായ സുരക്ഷിതവലയത്തിലൂടെ അവർ നിർബാധം സഞ്ചരിക്കാൻ തുടങ്ങി.

അതേസമയം, അങ്ങകലെ, മഞ്ഞയും തവിട്ടും ചാരവും കലർന്ന മണ്ണിന്റെ നിറമുള്ള മൊട്ടക്കാടുകളിൽ പുലിയും എത്യോപ്യനും, പ്രാതലിനോ അത്താഴത്തിനോ, വകയില്ലാതെ, ഒരു 'ചെറുകടി' പോലും കിട്ടാതെ ഉഴറി നടക്കുകയായിരുന്നു. വയറ്റിലെ 'കാളൽ' സഹിക്കാൻ കഴിയാതെ വരുമ്പോൾ എലികളെയും പുൽച്ചാടികളെയും കുഴിമുയലുകളെയും വരെ

തിന്ന് പശിയകറ്റേണ്ട ഗതികേടിലായിരുന്നു പുലിയും എത്യോപ്യനും. അങ്ങനെയാണ് അവർ ബാവിയാനെ ചെന്നു കാണാൻ തീരുമാനിച്ചത്. നായയുടെ മുഖച്ഛായയുള്ള, കുരയ്ക്കാനറിയാവുന്ന, വാലില്ലാക്കുരങ്ങനായിരുന്നു ബാവിയാൻ. സ്നേഹിതാ, നിനക്കറിയാമോ, ദക്ഷിണാഫ്രിക്കൻ കാടുകളിലെ ഏറ്റവും ബുദ്ധിയുള്ള ജീവി അവനായിരുന്നു.

"ഇതെന്തു കളി; എല്ലാംകൂടി എവിടെപ്പോയി തൊലഞ്ഞു?"

ആ ദിവസത്തെ കാലാവസ്ഥപോലെ തിളച്ചുമറിയുകയായിരുന്നു പുലിയുടെ വാക്കുകളും.

അതുകേട്ട ബാവിയാൻ എല്ലാമറിയാമെന്ന മട്ടിൽ കണ്ണുചിമ്മി.

"ഇവിടയുണ്ടായിരുന്ന പുരാതനജന്തുക്കളുടെ ഇപ്പോഴത്തെ ആവാസകേന്ദ്രം എവിടെയാണെന്നറിയാമോ?"

പുലി ചോദിച്ചതുതന്നെയാണ് എത്യോപ്യനും ബാവിയനോട് അന്വേഷിച്ചത്. മുതിർന്നയാളായതുകൊണ്ട് എത്യോപ്യൻ നീണ്ട വാക്കുകളും വാക്യങ്ങളും ഉപയോഗിച്ചുവെന്നേയുള്ളൂ.

എല്ലാമറിയാമെന്ന മട്ടിൽ വീണ്ടും ബാവിയാൻ കണ്ണുചിമ്മി.

"കളി മറ്റുചില ഇടങ്ങളിലേക്കുകൂടി മാറ്റേണ്ടിവരുമെന്നുറപ്പായി; അതുകൊണ്ട് പുലിക്കുട്ടീ, എത്രയും വേഗം സ്വന്തം പുള്ളികളിലേക്ക് മാറാനൊരുങ്ങിക്കോളൂ."

ബാവിയാന്റെ മറുപടികേട്ട് പുലിയും എത്യോപ്യനും എന്തുചെയ്യണമെന്നറിയാതെ കുഴങ്ങി.

എങ്കിലും, പുരാതന സസ്യജാലങ്ങൾ തിങ്ങി വളരുന്ന പ്രദേശത്തേക്ക് എത്യോപ്യനും പുലിയും അത്യധികം ആകാംക്ഷയോടെ യാത്രതിരിച്ചു. കുറേ ദിവസത്തെ പാച്ചിലിനും അലച്ചിലിനും ശേഷം ദൂരെ അവരാ കാഴ്ച കണ്ടു; വൃക്ഷനിബിഡമായ കൊടുങ്കാട്. അസാധാരണ ഉയരമുള്ള വൃക്ഷങ്ങൾ മാത്രമായിരുന്നില്ല അവരെ അദ്ഭുതപ്പെടുത്തിയത്. നീണ്ടും കുറുകിയും മുറുകിയും, നെറുകെയും കുറുകെയും, തെന്നിയും തെറിച്ചും മുറിച്ചും വിറച്ചും, ചിതറിയും പതറിയും, പതിഞ്ഞും തെളിഞ്ഞും പുളഞ്ഞും വളഞ്ഞും, കയറിയും ഇറങ്ങിയും കറങ്ങിയും ചുരുങ്ങിയും, നിവർന്നും കലർന്നു, നുറുങ്ങിയും പതുങ്ങിയും തൂങ്ങിയും പരന്നും നിരന്നും നിവർന്നും നിവരാതെയും, കവർന്നും കവരാതെയും, ഒളിച്ചും ഒളിപ്പിച്ചും, കളിച്ചും കളിപ്പിച്ചും നിന്ന നിഴലുകളും അവരെ ഭ്രമിപ്പിച്ചു. (തൊട്ടുമുമ്പുള്ള വാചകം ശബ്ദമുയർത്തി വേഗത്തിൽ പറഞ്ഞുനോക്കൂ - അപ്പോൾ മനസ്സിലാകും, എത്രകണ്ട് ഗാഢമായിരുന്നു ആ വനത്തിലെ നിഴലുകളെന്ന്!)

"എന്തായിത്? ഇത്രയും ഇരുണ്ട, വെളിച്ചത്തിന്റെ നുറുങ്ങുകൾ പോലും വീഴാൻ മടിക്കുന്ന ഒരു പ്രദേശം ഞാനിതേവരെ കണ്ടിട്ടില്ല!"

എത്യോപ്യനും പുലിയുടെ അഭിപ്രായത്തെ പിന്താങ്ങി.

“നീ പറഞ്ഞത് ശരിയാണ്. എങ്കിലും, ഇതിനെല്ലാം കാരണം ഇവിടെ യുള്ള പുരാതന സസ്യജാലങ്ങളാണ്. നോക്കൂ, ജിറാഫിന്റെ മണം എന്റെ മൂക്കിലും; ശബ്ദം കാതുകളിലുമുണ്ട്. പക്ഷേ, എനിക്ക് ജിറാഫിനെ കാണാൻ കഴിയുന്നില്ല.”

“വിചിത്രം തന്നെ! എനിക്കു തോന്നുന്നത്, നമ്മൾ സൂര്യപ്രകാശ ത്തിൽ നിന്ന് പെട്ടെന്ന് ഇരുളിലേക്ക് കടന്നുവന്നതുകൊണ്ടാവാം അങ്ങനെ സംഭവിച്ചത്. എനിക്കും സീബ്രയെ മണക്കുന്നുണ്ട്, ഞാൻ കേൾക്കുന്നു മുണ്ട്; പക്ഷേ, എനിക്കും സീബ്രായെ കാണാനാവുന്നില്ല.”

പുലി പറഞ്ഞതുകേട്ട എത്യോപ്യൻ അന്ധാളിച്ചുനിന്നു.

“ഒരുനിമിഷം! ഒരുപക്ഷേ, നമ്മളാ മൃഗങ്ങളെ വേട്ടയാടിയിട്ട് കുറേ ക്കാലമായല്ലോ? അതുകൊണ്ട് നമ്മളവയുടെ രൂപം മറന്നുതുടങ്ങിയതു കൊണ്ടാവാം അങ്ങനെ തോന്നുന്നത്.” പുലി അസ്വസ്ഥനായി.

“നാശം! ഉയർന്ന മൊട്ടക്കുന്നുകളിൽ കഴിഞ്ഞിരുന്നപ്പോൾ മുതൽ എനിക്കാ മഗങ്ങളെ അടിമുടി കണിശമായും അറിയാം. പ്രത്യേകിച്ച് ഓരോന്നിന്റെയും മജ്ജയുടെ നിറവും സ്വാദുംവരെ എനിക്കറിയാം. ജിറാഫിന് പതിനേഴ് അടി ഉയരം, അടിമുടി സുവർണനിറം. സീബ്രായ്ക്ക് നാലര അടി ഉയരം, അടിമുടി ചാരവും മഞ്ഞയും കലർന്ന് ഇളംതവിട്ടു നിറവും!”

“ങാഹാ, എങ്കിൽപ്പിന്നെ വിളഞ്ഞ പഴക്കുലകൾ പുകപ്പുരയിൽ അടുക്കിവച്ചിരിക്കുന്നതുപോലെ, ഈ ഇരുളിൽ തെളിഞ്ഞുവരുന്ന ഓരോ ന്നിനെയും നമുക്ക് ശരിപ്പെടുത്തണം.”

എത്യോപ്യൻ പകർന്നുനൽകിയ ആവേശവുമായി, രണ്ടുപേരും ആ ദിവസം മുഴുവൻ വേട്ടയാടിയെങ്കിലും ഒന്നും തരപ്പെട്ടില്ല. മൃഗങ്ങളുടെ ഗന്ധവും ശബ്ദവും മാത്രമാണ് അവർക്കുമുന്നിൽ വെളിപ്പെട്ടത്. ഒരൊറ്റ മൃഗങ്ങളും അവരുടെ കൺമുന്നിൽ തെളിഞ്ഞുവന്നില്ല.

“ഒരു കാര്യം ചെയ്യാം, ഇരുട്ടുപരക്കുന്നതുവരെ നമുക്ക് കാത്തി രിക്കാം. അല്ലെങ്കിലും, പകൽവേട്ടയേക്കാൾ നല്ലത് രാത്രികാല നായാ ട്ടാണ്.” ചായ സമയമായപ്പോഴേക്കും രണ്ടുപേരും ഒരു തീരുമാനത്തി ലെത്തി.

അങ്ങനെ അവർ നേരമിരുട്ടുന്നതും കാത്തിരുന്നു. രാത്രി: നക്ഷത്ര ങ്ങളുടെ മാത്രം അരണ്ട വെളിച്ചത്തിൽ മരച്ചില്ലകൾക്കു താഴെ, ആരോ നടക്കുന്നതിന്റെയും ശ്വാസമെടുക്കുന്നതിന്റെയും പതിഞ്ഞ ശബ്ദം കേട്ട തോടെ പുലി ജാഗരൂകനായി. ശബ്ദം കേട്ട ഭാഗത്തേക്ക് അവൻ ചാടി വീണു. ഇരയ്ക്ക് സീബ്രായുടെ ഗന്ധമായിരുന്നു; സീബ്രായുടെ ശബ്ദ മായിരുന്നു; സീബ്രായെ സ്പർശിക്കും പോലെ തന്നെ. അതുകൊണ്ടു

തന്നെ സീബ്രായെ കീഴ്പ്പെടുത്തും പോലെ വലിയ പ്രയാസം കൂടാതെ തന്നെ അവനതിനെ കീഴടക്കി. എന്നിട്ടും, കാൽച്ചുവട്ടിലുള്ള ഇരയെ അവന് കാണാൻ കഴിഞ്ഞില്ല. എന്നിട്ടും അവൻ മുരണ്ടു:

"ഏതുരൂപത്തിലുള്ള മൃഗമാണെങ്കിലും ശരി, ശബ്ദിച്ചുപോകരുത്. നാളെ രാവിലെ വരെ ഞാനിതുപോലെ നിന്റെ തലമേലിരിക്കും. എന്തെന്നാൽ, തിരിച്ചറിയാനാകാത്ത എന്തൊക്കെയോ സംഗതികൾ നിന്നിൽ നിന്ന് എനിക്ക് മനസ്സിലാക്കേണ്ടതുണ്ട്."

അതേസമയം, ഏറെ അകലെയല്ലാതെ ഒരു മുരൾച്ചയും പിടിവലിയും ഒച്ചപ്പാടുമൊക്കെ കേൾക്കുന്നുണ്ടായിരുന്നു. ആ ശബ്ദകോലാഹലങ്ങൾക്കിടയിൽ നിന്ന് എത്യോപ്യന്റെ ശബ്ദം ഉയർന്നു കേട്ടു:

"എനിക്കൊരു ഇരയെ കിട്ടിയിട്ടുണ്ട്; പക്ഷേ, ഒന്നും കാണാൻ വയ്യാ. ഇതിന് ജിറാഫിന്റെ ഗന്ധവും ശബ്ദവുമുണ്ട്. എന്നാലും എനിക്കൊന്നും വ്യക്തമല്ല.

"അതിനെ വിശ്വസിക്കരുത്. ഒരുകാര്യം ചെയ്യൂ, എന്നെപ്പോലെ അതിന്റെ തലയിൽ കയറിയിരിക്കൂ. നാളെ നേരം പുലരുമ്പോഴേക്കും ഇവറ്റകളുടെ രൂപം വെളിപ്പെട്ടുകിട്ടും."

പുലിയുടെ നിർദ്ദേശം എത്യോപ്യൻ അതേപടി അനുസരിച്ചു. നേരം പുലരുന്നതുവരെ പുലിയും എത്യോപ്യനും ആ ഇരിപ്പ് തുടർന്നു.

"സഹോദരാ, നിന്റെ മേശമേലുള്ള വിഭവം എന്താണ് നോക്കിയോ?"

പുലിയുടെ ചോദ്യംകേട്ട് എത്യോപ്യൻ തലചൊറിഞ്ഞു.

"എനിക്കു തോന്നുന്നത്, ങാ, ഇതിന്റെ ശരീരത്തിന് അടിമുടി ഓറഞ്ച് കലർന്ന തവിട്ട് നിറമാണ്. അതുകൊണ്ട്, ഇതൊരു..... ജിറാഫാണെന്നു തോന്നുന്നു. പക്ഷേ, ഇതിന്റെ ദേഹം മുഴുവൻ തവിട്ട് ചുവപ്പ് നിറത്തിലുള്ള വലിയ മഷിക്കട്ടകളും കാണുന്നു. അതിരിക്കട്ടെ, നിന്റെ മേശമേലുള്ള വിഭവം എന്താണ് സഹോദരാ?"

എത്യോപ്യന്റെ മറുപടി കേട്ട് പുലിയും ആശങ്കയോടെ തലമാന്തി.

"ഇതിന്റെ മാർദ്ദവമേറിയ ശരീരം തൊട്ടുനോക്കിയിട്ട് സീബ്രായുടേത് പോലെ തോന്നുന്നു. പക്ഷേ, ഈ ജന്തുവിന്റെ ദേഹം നിറയെ കറുത്ത വരകളുണ്ട്. നീയിതെന്തൊക്കെയാ സീബ്രാ, കാട്ടിക്കൂട്ടിയിരിക്കുന്നത്? ഉയർന്ന മൊട്ടക്കാടുകളിലായിരുന്നപ്പോൾ പത്തു മൈൽ ദൂരത്തുവച്ചു പോലും നിന്നെയെനിക്ക് തിരിച്ചറിയാൻ കഴിയുമായിരുന്നു. ഇപ്പോൾ നോക്കൂ, നിന്റെ രൂപം തന്നെ മാറി കോലം കെട്ടുപോയിരിക്കുന്നു...."

"ശരിയാണ്. പക്ഷേ, ഇത് നിന്റെ ഉയർന്ന മൊട്ടക്കാടല്ല. ശരിക്കും കണ്ണു തുറന്ന് നോക്ക്..."

സീബ്രായുടെ മറുപടി കേട്ടതോടെ പുലി ഒന്നുകൂടെ ഉഷാറായി.

"വാസ്തവം തന്നെ. എനിക്ക് ഇന്നലെ കണ്ടതിനേക്കാൾ വ്യക്തമായി ഇപ്പോൾ കാര്യങ്ങൾ നോക്കി കാണാൻ കഴിയുന്നുണ്ട്. ഇതെല്ലാം എങ്ങനെ സംഭവിച്ചു?"

പുലിയുടെ ആകാംക്ഷയ്ക്ക് മറുപടി നൽകിയത് സീബ്രാ ആയിരുന്നു.

"എഴുന്നേൽക്ക്! ഞങ്ങൾ കാട്ടിത്തരാം."

അങ്ങനെ സീബ്രായെയും ജിറാഫിനെയും അവർ സ്വതന്ത്രരാക്കി. സൂര്യപ്രകാശം നെടുകെ മാത്രം പതിക്കുന്ന മുള്ളുനിറഞ്ഞ ഒരു കുറ്റിക്കാട്ടിലേക്ക് സീബ്രാ കയറിപ്പോയി. ജിറാഫാകട്ടെ, നീളൻ മരങ്ങൾ തീർക്കുന്ന മഷിക്കട്ട പോലുള്ള നിഴലിന്റെ മറവിലേക്ക് നീങ്ങിനിന്നു.

"ഇനി നോക്കിക്കോളൂ, ഇങ്ങനെയാണ് ഞങ്ങളത് ചെയ്തത്. ഒന്ന്.... രണ്ട്..... മൂന്ന്! എവിടെ നിങ്ങളുടെ പ്രാതൽ?"

സീബ്രായും ജിറാഫും ഒന്നിച്ച് മൂന്നുവരെ എണ്ണിയശേഷം പെട്ടെന്ന് നിഴലുകളിൽ അപ്രത്യക്ഷരായി.

പുലിയും എത്യോപ്യനും കണ്ണുമിഴിച്ചു നിന്നതേയുള്ളൂ. അവർക്കു മുന്നിൽ നെടുകെയുള്ള നിഴലുകളും മഷിക്കട്ട പോലുള്ള നിഴലുകളും മാത്രമേ അന്നേരം അവശേഷിച്ചിരുന്നുള്ളൂ. സീബ്രായോ ജിറാഫോ ഉള്ളതിന്റെ ലക്ഷണം പോലും അവിടെയുണ്ടായിരുന്നില്ല. വൃക്ഷനിബിഡമായ കാടിന്റെ ഗാഢമായ നിഴലുകളിലേക്ക് സീബ്രായും ജിറാഫും അതിനോടകം തന്നെ മറഞ്ഞിരുന്നു.

"ഹി! ഹി! അവറ്റകളുടെ ഉപായം നമ്മളെ ശരിക്കുമൊരു പാഠം പഠിപ്പിച്ചു. പുലിക്കുട്ടാ, ഈ ഇരുൾമൂടിയ ഇടത്ത് നിൽക്കുമ്പോൾ, കൽക്കരിക്കൂട്ടത്തിലേക്ക് സോപ്പുകട്ട വീണതുപോലെ നിന്നെയിപ്പോൾ സകല മൃഗങ്ങൾക്കും വ്യക്തമായി കാണാം.

എത്യോപ്യന്റെ വാക്കുകൾ പുലിയെ ചൊടിപ്പിച്ചു.

"ഹോ! ഹോ! അതുശരി. നിന്നെ കണ്ടാൽ കരിച്ചാക്കിന്മേൽ കടുക് കുമ്മായം പുരട്ടിയതുപോലെയാണെന്നുള്ള കാര്യം ഇനി എപ്പോഴാ മനസ്സിലാക്കുന്നത്?"

"ഇങ്ങനെ പരസ്പരം പരിഹസിച്ചുകൊണ്ടിരുന്നാൽ ഇന്നത്തെ അത്താഴവും മുടങ്ങും. ചുറ്റുപാടുകൾക്ക് ചേരുന്നവിധം മാറണമെന്ന ബാവിയാന്റെ ഉപദേശം അനുസരിക്കുന്നതാണ് നല്ലത്. ഞാൻ സ്വയം മാറാൻ തീരുമാനിച്ചു. എനിക്കിപ്പോൾ ആകെ മാറ്റാൻ കഴിയുന്നത് എന്റെ പുറന്തോൽ മാത്രമാണ്; ഞാനതു ചെയ്യും."

എത്യോപ്യന്റെ വാക്കുകൾ കേട്ട പുലി അത്യന്തം അത്ഭുതത്തോടെ ചോദിച്ചു:

"എന്താ, എന്താ പറഞ്ഞത്?"

"ഒരല്പം കറുപ്പും തവിട്ടും കലർന്ന ഊത നിറമായിരുന്നു ഉണ്ടായിരുന്നതെങ്കിൽ, വേഗം ഏതെങ്കിലും മരപ്പൊത്തിലോ, മരങ്ങളുടെ പിന്നിലോ ഒളിക്കാമായിരുന്നു."

ശരീരത്തിന്റെ അവിടെയുമിവിടെയുമുണ്ടായിരുന്ന തൊലി എത്യോപ്യൻ ഇളക്കിമാറ്റാൻ തുടങ്ങിയതോടെ, പുലിയുടെ അത്ഭുതം ഇരട്ടിച്ചു; ഒരു മനുഷ്യൻ തൊലി ഊരി മാറ്റുന്നത് അവൻ മുമ്പെങ്ങും കണ്ടിട്ടില്ലായിരുന്നു.

"പക്ഷേ, ഞാനെന്തു ചെയ്യും?"

എത്യോപ്യൻ അവസാന വിരലിലും പുതിയ കരിന്തൊലി പിടിപ്പിക്കുന്നതിനിടയിലായിരുന്നു പുലിയുടെ നിരാശകലർന്ന ചോദ്യം.

"നീയും ബാവിയാന്റെ ഉപദേശം സ്വീകരിച്ചാൽ മതി. സ്വന്തം പുള്ളികളിലേക്ക് മാറനല്ലേ അവൻ നിന്നോട് പറഞ്ഞത്!"

"അതു തന്നെയല്ലേ ഞാൻ ചെയ്തതും. മുമ്പ് ഇരതേടിയിരുന്ന മൊട്ടക്കാടിന്റെ പുള്ളി വട്ടത്തിൽ നിന്ന് മാറി പുതിയ കാടിന്റെ പുള്ളിവട്ടത്തിൽ നമ്മളെത്തിച്ചേർന്നില്ലേ? എന്നിട്ടിപ്പോൾ എന്തായി?"

പുലിയുടെ ചോദ്യം കേട്ട എത്യോപ്യൻ അസ്വസ്ഥനായി.

"ഹൊ! ദക്ഷിണാഫ്രിക്കൻ കാടുകളിലെ പുള്ളിവട്ടങ്ങളെക്കുറിച്ചല്ല ബാവിയാൻ അന്നു പറഞ്ഞത്. അവൻ ഉദ്ദേശിച്ചത് നിന്റെ ദേഹത്തെ പുള്ളിവട്ടത്തെക്കുറിച്ചാണ്."

"അതുകൊണ്ട് എന്തു പ്രയോജനം."

പുലിയുടെ ആകാംക്ഷ ശമിച്ചിരുന്നില്ല.

"ജിറാഫിന്റെ കാര്യം ആലോചിച്ചുനോക്കൂ; അതല്ല നിനക്ക് സീബ്രായുടേതുപോലെ വരകളോടാണ് താത്പര്യമെങ്കിൽ അങ്ങനെ. അവർ അവരുടേതായ അടയാളങ്ങൾ കണ്ടെത്തിക്കഴിഞ്ഞു. എന്നുമാത്രമല്ല, ദേഹത്ത് പതിഞ്ഞ മുദ്രകളിൽ അവർ സംതൃപ്തരുമാണ്."

"ഛെ, എനിക്ക് സീബ്രായെപ്പോലൊന്നുമാകാൻ കഴിയില്ല.... ഒരിക്കലും കഴിയില്ല!"

"എന്നാൽ, എന്തുവേണമെന്ന് സ്വയം തീരുമാനിച്ചോളൂ. പിന്നെ, നിന്നെക്കൂടാതെ നായാട്ടിനിറങ്ങുന്നത് വിരസമാണ്. അതുകൊണ്ട്..... "

എത്യോപ്യൻ പൂർത്തിയാകും മുമ്പ് പുലിയുടെ മറുപടിയെത്തി:

"എനിക്ക് പുള്ളികൾ മതി. പക്ഷേ, അതൊരിക്കലും ജിറാഫിന്റേതുപോലെ ആകരുത്. എന്റെ ശരീരത്തിൽ അത്രയും വലിയ അടയാളങ്ങൾ വൃത്തികേടായിരിക്കും."

“എന്നാൽ അവിടെത്തന്നെ അനങ്ങാതെ നിൽക്ക്. എന്റെ പുറന്തൊലിയിൽ അധികമുള്ള കറുപ്പെടുത്ത്, വിരൽത്തുമ്പുകൊണ്ട് നിന്റെ ദേഹത്ത് പുള്ളികുത്തിത്തരാം!” - എന്നു പറഞ്ഞുകൊണ്ട് എത്യോപ്യൻ അയാളുടെ കൈയിലെ അഞ്ചുവിരലുകളും കൂട്ടിപ്പിടിച്ചു. (അപ്പോഴേക്കും അയാളുടെ പുതിയ പുറന്തൊലിയിൽ അധികമുണ്ടായിരുന്ന കറുപ്പ് മുഴുവൻ വിരൽത്തുമ്പിലേക്ക് ഊറിവരാൻ തുടങ്ങി) എന്നിട്ട് പുലിയുടെ ദേഹത്തേക്ക് വിരൽത്തുമ്പ് അമർത്താൻ തുടങ്ങി. അയാൾ വിരലമർത്തിയ ഇടങ്ങളിലൊക്കെ അഞ്ച് കറുത്ത പുള്ളികൾ ഒന്നിച്ച് വീഴാൻ തുടങ്ങി. ചിലനേരം വിരലുകൾ തെന്നിമാറിയതുകൊണ്ടാണ് ചില പുള്ളികൾ മാത്രം മങ്ങിയിരിക്കുന്നത്. സ്നേഹിതാ, പുലിയുടെ ദേഹത്തെ പുള്ളികളെ നിങ്ങൾ കണ്ടിട്ടുണ്ടാകുമല്ലോ? ഇനി കാണുമ്പോൾ പുലിയെ ഒന്നുകൂടി സൂക്ഷിച്ചു നോക്കണം, അഞ്ചു പുള്ളികൾ വീതം ചേർന്നു പതിഞ്ഞിരിക്കുന്നത് കാണാം; അഞ്ചു വിരൽത്തുമ്പിൽ നിന്നെന്ന പോലെ!

“ഇപ്പോൾ നിന്നെക്കാണാൻ നല്ല ചന്തമുണ്ട്! നീ വെറും നിലത്ത് കിടന്നാൽ വെറുമൊരു ചരൽക്കൂനയാണെന്നേ തോന്നൂ. വെറുതെ ഒരു പാറപ്പുറത്ത് കിടന്നാൽ ഒരു പാറക്കഷണം കിടക്കുന്ന പോലെ തോന്നും. ഒരുപാട് ഇലകളുള്ള മരച്ചില്ലയിലാണ് കിടക്കുന്നതെങ്കിൽ സൂര്യപ്രകാശം കടന്നുവരുന്നതിനിടയിലുള്ള ഇലകളെപ്പോലെ തോന്നും; ഇനി എപ്പോഴെങ്കിലും പെരുവഴിയിൽ കിടന്നാൽ പ്രത്യേകിച്ചൊന്നും തോന്നുകയുമില്ല. അത്തരമൊരവസ്ഥയെക്കുറിച്ച് ഒന്നാലോചിച്ചു നോക്കൂ...!”

മനുഷ്യന്റെ വാക്കുകേട്ട് പുലി അവനെ നോക്കി.

“എന്റെ കാര്യത്തിൽ തീരുമാനമായി. എങ്കിൽപ്പിന്നെ നിനക്കും ശരീരത്തിൽ പുള്ളിക്കുത്തുകൾ പതിപ്പിച്ചു കൂടായിരുന്നോ?”

“ഓ, നീഗ്രോകൾക്ക് സാധാരണ കറുപ്പ് തന്നെയാ നല്ലത്! അതവിടെ നിൽക്കട്ടെ, ഇപ്പോഴെങ്കിലും തേടിയിറങ്ങിയില്ലെങ്കിൽ..... പ്രാതലിനുള്ള വകപോലും കിട്ടിയെന്നുവരില്ല.”

കേട്ടിട്ടില്ലേ, “ഒന്ന്, രണ്ട്, മൂന്ന്........... എവിടെയാണെന്റെ പ്രാതൽ?”

എത്യോപ്യൻ പുലിയെ ഓർമ്മിപ്പിച്ചു.

അങ്ങനെ, പിന്നീടുള്ള കാലം മുഴുവൻ അവർ സന്തോഷത്തോടെ കഴിഞ്ഞു.

■

ആനയ്ക്ക് തുമ്പിക്കൈ ഉണ്ടായ കഥ

പണ്ടേക്കു പണ്ട്, ആനയ്ക്ക് തുമ്പിക്കൈ ഉണ്ടായിരുന്നില്ല. ഇരുവശങ്ങളിലേക്കും ചെറുതായൊന്നു ചലിപ്പിക്കാൻമാത്രം കഴിയുന്ന, കറുത്ത് തടിച്ച്, യാതൊന്നും പിടിക്കാനോ ഉയർത്താനോ കഴിയാതെ ഞാന്നു കിടക്കുന്ന വെറുമൊരു മൂക്ക് മാത്രമായിരുന്നു അക്കാലത്ത് ആനയ്ക്കുണ്ടായിരുന്നത്. ആഫ്രിക്കയിൽ അതീവ ജിജ്ഞാസുവായ ഒരു ആനയുണ്ടായിരുന്നു; ഒരു പുതിയ ആന: ആനക്കുട്ടി തന്നെ! കൗതുകം തോന്നുന്ന ഏതുകാര്യത്തെക്കുറിച്ചും എപ്പോഴും ചോദ്യങ്ങൾ ചോദിച്ചുനടക്കുന്ന സംശയാലുവായിരുന്നു അവൻ. ആഫ്രിക്കൻ കാടുകളിലെ മുഴുവൻ മൃഗബന്ധുക്കളോടും സംശയം ചോദിക്കുന്നത് അവൻ പതിവാക്കിയിരുന്നു.

'അങ്കവാലിലെ തൂവലുകളെന്തുകൊണ്ടാണ് അങ്ങനെ വളരുന്നതെന്ന' സംശയവുമായി ആനക്കുട്ടി സമീപിച്ചത് ഒട്ടകപ്പക്ഷി അമ്മായിയെയായിരുന്നു. അവനെ കാലുമടക്കി തൊഴിച്ചുകൊണ്ടായിരുന്നു ഒട്ടകപ്പക്ഷി അമ്മായി പ്രതികരിച്ചത്. 'ഇത്രയും നീളമുള്ള ശരീരത്തിൽ, മഷിക്കട്ട പോലുള്ള വലിയ അടയാളങ്ങൾ എങ്ങനെയുണ്ടായി' എന്ന കൗതുകവുമായി ആനക്കുട്ടി നീളൻ കാലിലെ കടുപ്പമുള്ള കുളമ്പുകൊണ്ട് ചവിട്ടിയാണ് ജിറാഫമ്മാവൻ മറുപടി കൊടുത്തത്. എന്നിട്ടും ആനക്കുട്ടിയുടെ ജിജ്ഞാസ അവസാനിച്ചില്ല. തടിച്ചുകൊഴുത്ത ഹിപ്പപ്പൊട്ടാമസമ്മായിയോട് ഒരിക്കൽ അവൻ ചോദിച്ചത്, 'അമ്മായിയുടെ കണ്ണുകളെന്താ എപ്പോഴും ചെമന്നിരിക്കുന്നത്' എന്നായിരുന്നു. അതുകേൾക്കേണ്ട താമസം ഹിപ്പപ്പൊട്ടാമസമ്മായി അവനെ തടിച്ചുരുണ്ടുകൊഴുത്ത കാല്പാദം കൊണ്ട് ഒരൊറ്റ വീക്കുകൊടുത്തു. ശരീരമാസകലം രോമമുണ്ടായിരുന്ന കുരങ്ങമ്മാവനോട്, ശരീരം രോമം കൊണ്ട് പൊതിഞ്ഞിരിക്കുന്നതെന്തുകൊണ്ടാണെന്ന്' ചോദിച്ചതും, കുരങ്ങമ്മാവൻ ആനക്കുട്ടിയെ രോമാവൃത്തമായ കൈകൊണ്ട് അടിപൊട്ടിച്ചതും ഒന്നിച്ചായിരുന്നു സംഭവിച്ചത്. എന്നിട്ടെന്താ കാര്യം?

കാണുന്നതും കേൾക്കുന്നതും മണക്കുന്നതും തൊടുന്നതും അനുഭവിക്കുന്നതുമായ സകലകാര്യങ്ങളിലും അവനുണ്ടാവാറുള്ള കൗതുകത്തിന് ഒട്ടും കുറവുണ്ടായില്ല. അതുകൊണ്ടുതന്നെ കാട്ടിലെ സകല അമ്മാവന്മാരും അമ്മായിമാരും അവനെ മാറിയും തിരിഞ്ഞും തല്ലിക്കൊണ്ടേയിരുന്നു. എത്ര തല്ലുകൊണ്ടിട്ടും അവന്റെ അതീവ ജിജ്ഞാസ അവനെ വിട്ടുപോയതേയില്ല.

ഒരു ദിവസം രാവിലെ ആനക്കുട്ടി ഉണർന്നത് പുത്തനൊരു സംശയവുമായിട്ടായിരുന്നു.

"മുതലകൾ അത്താഴത്തിന് എന്തായിരിക്കും കഴിക്കുന്നത്?" ചോദ്യം കേട്ടവരൊക്കെ, 'മിണ്ടിപ്പോകരുത്!' എന്ന് ഭീകരശബ്ദത്തിൽ പറയുകയും അവന്റെ തലയ്ക്ക് കിഴുക്കുകയും ചെയ്തുകൊണ്ടിരുന്നു.

തല്ലുകൊള്ളുന്നതിന് ശമനമുണ്ടായപ്പോൾ ആനക്കുട്ടി കൊലൊകോലോ പക്ഷിയുടെ അടുത്തേക്ക് ചെന്നു.

"എന്റെ അപ്പനും അമ്മയും തല്ലി; അമ്മാവന്മാരും അമ്മായിമാരും ഓടിച്ചിട്ടു തല്ലി. എന്നിട്ടും എന്റെ ആകാംക്ഷ തീർന്നില്ല..... മുതലകൾ അത്താഴത്തിന് എന്തായിരിക്കും കഴിക്കുന്നതെന്നറിയാമോ നിനക്ക്?"

"നീയൊരു കാര്യം ചെയ്യൂ, കരിംപച്ച നിറമുള്ള ലിംപോപോ തടാകക്കരയിലെ പനിമരത്തിന്റെ ചുവട്ടിൽ ചെന്നു നിന്നാൽ മതി. കാര്യങ്ങളെല്ലാം തനിയെ ബോധ്യമാകും."

മുള്ളുമരത്തിലിരിക്കുകയായിരുന്ന കൊലൊകോലോ പക്ഷി വ്യസനസ്വരത്തിൽ ആനക്കുട്ടിയോട് പറഞ്ഞു.

തൊട്ടടുത്ത സൂര്യോദയത്തിൽ തന്നെ, ആനക്കുട്ടി ദൂരയാത്രയ്ക്കുള്ള ഒരുക്കങ്ങളാരംഭിച്ചു. നൂറു റാത്തൽ ഏത്തപ്പഴവും (ചെറുതെങ്കിലും മൂത്തു ചുവന്നത്), നൂറു റാത്തൽ കരിമ്പും (വിളഞ്ഞ് ഊതനിറം വന്നത്), പതിനേഴ് തണ്ണിമത്തനും (പച്ച പൊട്ടിയ വത്തക്കായ മാത്രം) ശേഖരിച്ചു. മാമൂലനുസരിച്ചുള്ള യാത്രയുടെ മുന്നൊരുക്കങ്ങൾ പൂർത്തിയാക്കിയ ആനക്കുട്ടി എല്ലാവരോടും യാത്രപറഞ്ഞിറങ്ങി.

"കരിംപച്ച നിറമുള്ള ലിംപോപോ തടാകക്കരയിലെ പനിമരത്തിന്റെ ചുവട്ടിലേക്കാണ് എന്റെ യാത്ര. മുതലകളുടെ അത്താഴമെന്താണെന്ന് കണ്ടെത്തുകയാണ് ലക്ഷ്യം. പോയ് വരട്ടെ!"

ആനക്കുട്ടിയുടെ യാത്രാമൊഴി കേട്ടുനിന്ന കുടുംബാംഗങ്ങളും ബന്ധുക്കളും ഓരോരുത്തരായി വന്ന് ഭാഗ്യം ആശംസിച്ചുകൊണ്ട് ഓരോ തട്ടു കൊടുത്തുകൊണ്ടിരുന്നു. തട്ടുംമുട്ടും കഴിഞ്ഞതോടെ വിനയാന്വിതനായി ഒരിക്കൽക്കൂടി യാത്ര പറഞ്ഞ് ആനക്കുട്ടി നടന്നു.

ഗ്രഹാം തെരുവിൽ നിന്ന് കിമ്പർലിയിലേക്ക്; കിമ്പർലിയിൽ നിന്ന് ഖാമയുടെ ദേശത്തേക്ക്; ഖാമയുടെ ദേശത്തുനിന്ന് വടക്കുപടിഞ്ഞാറ്

ദിക്കിലൂടെ നടന്നുനടന്ന് ഒടുവിൽ കൊലൊകോലോ പക്ഷി പറഞ്ഞ കരിം പച്ച നിറമുള്ള ലിംപോപോ തടാകക്കരയിലെ പനിമരത്തിന്റെ ചുവട്ടിലേക്ക് അവനെത്തിച്ചേർന്നു. യാത്രയിലുടനീളം, ക്ഷീണമകറ്റാൻ അവൻ തണ്ണിമത്തൻ കഴിച്ചുകൊണ്ടിരിക്കുകയായിരുന്നു.

ഒരുനിമിഷം.......

പ്രിയ സ്നേഹിതാ, നിങ്ങൾ തീർച്ചയായും അറിഞ്ഞിരിക്കേണ്ട ഒരു പ്രധാന സംഗതി എന്താണെന്നു വച്ചാൽ...

നമ്മുടെ ആനക്കുട്ടിയുണ്ടല്ലോ, അവൻ.... അന്നേവരെ...

അതായത്,

ആ ആഴ്ച, ആ ദിവസം, ആ മണിക്കൂർ, ആ മിനിട്ട്, ആ നിമിഷംവരെ മുതലയെ ഒരിക്കൽപോലും നേരിട്ട് കണ്ടിട്ടുണ്ടായിരുന്നില്ല എന്ന സത്യം നിങ്ങൾ മനസ്സിലാക്കണം. മുതല എങ്ങനെയിരിക്കുമെന്ന കാര്യം അവന്റെ മറ്റൊരു കൗതുകം മാത്രമായിരുന്നു.

അവിടെ അവൻ ആദ്യം കണ്ടത്, പാറയിൽ ചുറ്റിപ്പിണഞ്ഞ് കിടക്കുന്ന ഇരട്ടനിറമുള്ള ഒരു പെരുമ്പാമ്പിനെയാണ്.

"ഒന്നു ചോദിച്ചോട്ടെ! ഇവിടെയെങ്ങാനും മുതലയെന്നു പറയുന്ന ജീവിയെ കണ്ടിട്ടുണ്ടോ?"

ആനക്കുട്ടി വിനയപൂർവ്വം പെരുമ്പാമ്പിനോട് ചോദിച്ചു.

"എന്താ, ഞാൻ മുതലയെ കണ്ടിട്ടുണ്ടോയെന്നോ? അതു മാത്രമേ നിനക്ക് ചോദിക്കാനുള്ളൂ!"

ഇരട്ടനിറമുള്ള പെരുമ്പാമ്പിന്റെ ശബ്ദത്തിൽ ഭയം കലർന്നിരുന്നു.

"ശരി. എന്നാൽ ഞാൻ മറ്റൊന്നു ചോദിക്കാം.... ഈ, മുതലകൾ അത്താഴത്തിന് എന്തായിരിക്കും കഴിക്കുന്നതെന്നറിയാമോ?"

ആ ചോദ്യം കൂടി കേട്ടതോടെ പെരുമ്പാമ്പ് പെട്ടെന്ന് ചുരുളഴിച്ച് പാറയിൽ നിന്നിറങ്ങിവന്ന് വാൽചുഴറ്റി ആനക്കുട്ടിക്ക് ഒരു വീക്കു കൊടുത്തു.

"ഛെ, അത് കഷ്ടായിപ്പോയി! എന്റെ അപ്പനും അമ്മയും, അമ്മാ വന്മാരും അമ്മായിമാരും, ഹിപ്പപ്പൊട്ടാമസമ്മായിയും കുരങ്ങമ്മാവനും ചെയ്തതുപോലെ തന്നെയാണ് തീർത്തും അപരിചിതനായ ഈ പെരു മ്പാമ്പും എന്നോട് പെരുമാറിയിരിക്കുന്നത്."

ആനക്കുട്ടി സ്വയം പരിതപിച്ചു.

അങ്ങനെ ആനക്കുട്ടി പെരുമ്പാമ്പിനോട് യാത്രപറഞ്ഞ് നടന്നുനീങ്ങി. ഇരട്ടനിറമുള്ള പെരുമ്പാമ്പ് വീണ്ടും പാറക്കൂട്ടത്തിലേക്ക് ചെന്ന് ചുരുണ്ടു കൂടിക്കിടന്നു. പറയത്തക്ക ചൂടില്ലായിരുന്നെങ്കിലും, നേരം കളയാൻവേണ്ടി

67

ആനക്കുട്ടി വീണ്ടും തണ്ണിമത്തൻ കഴിച്ചുതുടങ്ങി. അങ്ങനെയിരിക്കെ, കരിംപച്ച നിറമുള്ള ലിംപോപോ തടാകത്തിലേക്ക് നീണ്ടുകിടക്കുന്ന ഒരു മരത്തടി അവന്റെ കണ്ണിൽപ്പെട്ടു. അത് പനിമരത്തിന്റെ ചില്ലയായിരിക്കുമെന്ന് കരുതി അവൻ ചോദിച്ചു.

"ഒന്നു ചോദിച്ചോട്ടെ! ഇവിടെയെങ്ങാനും മുതലയെന്നു പറയുന്ന ജീവിയെ കണ്ടിരുന്നോ?"

പ്രിയ സുഹൃത്തേ,

വാസ്തവത്തിൽ അത് മുതലയായിരുന്നു. ദേ, ഇതുപോലെ ഒരു കണ്ണുമാത്രം തുറന്ന് കിടക്കുകയായിരുന്നു അത്.

ആനക്കുട്ടിയുടെ ചോദ്യം കേട്ടതോടെ മുതല മറ്റേക്കണ്ണും തുറന്നു. ചളിയിലാഴ്ന്നു കിടന്ന വാലിന്റെ പകുതിഭാഗം ഉയർത്തിവച്ചു. അതു കണ്ടതോടെ ആനക്കുട്ടി വിനയത്തോടെ ഒരല്പം കൂടി പിന്നിലേക്ക് മാറി നിന്നു. തൊട്ടടുത്ത നിമിഷം അടിവീഴുമെന്ന് ഭയന്നാണ് അവൻ പിന്നിലേക്ക് മാറിയത്. ഈ ചോദ്യം കേൾക്കുന്നവർ ഉടനെ അടിപതിപ്പിക്കുകയാണല്ലോ പതിവ്.

"ഇങ്ങടുത്തു വരൂ, കുഞ്ഞേ! നീയെന്താ ഇങ്ങനെയൊക്കെ ചോദിക്കുന്നത്?"

ആനക്കുട്ടിയെ മുതല അരികിലേക്ക് വിളിച്ചു.

"അതുപിന്നെ... ഞാൻ.... അടുത്തേക്ക് വരാത്തത് മറ്റൊന്നും കൊണ്ടല്ല.... എന്റെ ചോദ്യം കേൾക്കുന്നവരെല്ലാം തൊട്ടടുത്ത നിമിഷം എന്നെ തല്ലാറുണ്ട്. അപ്പൻ തല്ലി, അമ്മ തല്ലി, ഒട്ടകപ്പക്ഷിയമ്മായി തല്ലി, ജിറാഫമ്മാവൻ ഈ അടുത്തകാലത്തൊന്നും എന്നെ ഇതുപോലെ തൊഴിച്ചിട്ടില്ല, പിന്നെ, തടിച്ചുരുണ്ട ഹിപ്പപ്പൊട്ടാമസമ്മായി തല്ലി, കുരങ്ങമ്മാവൻ തല്ലി..... പിന്നെ ദേ, ഇപ്പോൾ തൊട്ടുമുമ്പ് ഇരട്ടനിറമുള്ള ഒരു പെരുമ്പാമ്പുപോലും ഇവിടേക്ക് വരുന്ന വഴിയിലിട്ട് എന്നെ തല്ലി. അതായിരുന്നു ഏറ്റവും ശക്തമായ പ്രഹരം. നിങ്ങളും അവരെപ്പോലെയാണെങ്കിലോ.... സത്യം പറയാമല്ലോ, എനിക്കിനിയും തല്ലുകൊള്ളാൻ വയ്യാ!"

ആനക്കുട്ടിയുടെ വാക്കുകൾ കേട്ടതോടെ മുതലക്കണ്ണീർ വരുത്തിക്കൊണ്ട് ആ ജന്തു ആശ്വസിപ്പിച്ചു:

"ഇങ്ങടുത്തു വരൂ, കുഞ്ഞേ! ഞാനാണ് നീയന്വേഷിക്കുന്ന മുതല!"

ആനക്കുട്ടിക്ക് വിശ്വസിക്കാനായില്ല. സന്തോഷംകൊണ്ട് അവന് കുറേനേരത്തേക്ക് ശ്വാസമെടുക്കാനായില്ല. അവൻ വല്ലവിധേനയും മുട്ടുകുത്തി തടാകക്കരയിൽ കുനിഞ്ഞിരുന്നു.

എത്ര ദിവസമായി ഞാൻ നിങ്ങളെ അന്വേഷിച്ചുകൊണ്ടിരിക്കുന്നു......
ബുദ്ധിമുട്ടാവുകയില്ലെങ്കിൽ ഒരു കാര്യം അറിഞ്ഞാൽ തരക്കേടില്ലായി
രുന്നു.... അതായത്, എന്താണ് നിങ്ങളുടെ രാത്രി ഭക്ഷണം?"

"ഇങ്ങടുത്തു വരൂ, കുഞ്ഞേ! ഞാനത് നിന്റെ ചെവിയിൽ പറയാം."

കേട്ടപാതി കേൾക്കാത്ത പാതി ആനക്കുട്ടി അവന്റെ തല മുതല
യുടെ വായിലേക്ക് വച്ചുകൊടുത്തു. തക്കംപാർത്തിരുന്ന മുതലയ്ക്ക്
പക്ഷേ, കടിക്കാൻ കഴിഞ്ഞത് ആനക്കുട്ടിയുടെ മൂക്കിലായിരുന്നു. അന്നു
വരെ, കൃത്യമായി പറഞ്ഞാൽ ആ ദിവസം, ആ മണിക്കൂർ, ആ മിനിട്ട്,
ആ നിമിഷം വരെ ദുർബലമായിരുന്ന, തടിച്ചുതൂങ്ങിയ നിസ്സാരമായ മൂക്ക്,
അങ്ങനെ അന്നുമുതൽ കൂടുതൽ ഉപകാരപ്രദമാകാൻ തുടങ്ങി.

"എനിക്കു തോന്നുന്നത്, ഇന്നത്തെ ഭക്ഷണം ആനക്കുട്ടിയാണെ
ന്നാണ്!"

നേരത്തെ ആനക്കുട്ടി ചോദിച്ച ചോദ്യത്തിനുള്ള മറുപടി, അല്പം
പ്രയാസപ്പെട്ടാണെങ്കിലും കടിച്ചുപിടിച്ച പല്ലുകൾക്കിടയിലൂടെ മുതല
നൽകി.

അന്നേരം, ആനക്കുട്ടി പ്രാണവേദനയോടെ കരയാൻ തുടങ്ങി.

"എണ്ണെ ബെറുതെ ബിടൂ!"

ചങ്ങാതിമാരേ, ആനക്കുട്ടിയുടെ ശബ്ദം അവന്റെ മൂക്കിലൂടെയാണ്
പുറത്തേക്ക് വന്നത്.

ആ രംഗം കണ്ട പെരുമ്പാമ്പ് അവിടേക്ക് ഇറങ്ങിച്ചെന്നു.

"പ്രിയ സുഹൃത്തേ, ഈ മുതലഭീകരനിൽ നിന്ന് രക്ഷപ്പെടാൻ ഞാൻ
നോക്കിയിട്ട് ഇനി ഒരൊറ്റ വഴിയേ ഉള്ളൂ, സർവശക്തിയുമെടുത്ത് ആഞ്ഞു
വലിച്ചു നോക്കുക. അല്ലാതെ 'സൂപ്പർ ഹീറോ' വന്ന് രക്ഷപ്പെടുത്തു
മെന്നു കരുതണ്ടാ!"

ഇരട്ടനിറമുള്ള പെരുമ്പാമ്പ് എല്ലായ്പ്പോഴും അങ്ങനെയേ സംസാ
രിക്കൂ.

അങ്ങനെ, ആനക്കുട്ടി പിൻകാലിലിരുന്ന് വലിയ വലി വലിക്കാൻ
തുടങ്ങി. 'വലിയെടാ വലി, വലി' തന്നെ. എന്നിട്ടെന്താ? ആനക്കുട്ടിയുടെ
മൂക്ക് വലിയാൻ തുടങ്ങി. മുതലയും വിട്ടുകൊടുത്തില്ല. ശരീരം വെള്ള
ത്തിലേക്കിറക്കി, വാല് നിലത്ത് കുത്തി, പരമാവധി ശക്തി സംഭരിച്ച്
വലിയ വലി വലിക്കാൻ തുടങ്ങി.

ആനക്കുട്ടിയുടെ മൂക്ക് നീണ്ടുനീണ്ടു വന്നു. അവൻ നാലുകാലുക
ളിലും ബലംകൊടുത്ത് വലിയ വലി വലിക്കാൻ തുടങ്ങി. വലിക്കുന്തോറും

മൂക്കും വലിഞ്ഞുനീണ്ടുകൊണ്ടിരുന്നു. മുതലയും വിട്ടുകൊടുക്കാതിരുന്നതോടെ മൂക്കിന്റെ നീളം അസാധാരണമായി വർദ്ധിച്ചു. മൂക്കിന്റെ നീളം ഏതാണ്ട് അഞ്ചടിയോളമെത്തിയപ്പോൾ ആനക്കുട്ടിയുടെ കാലിടറി. അവൻ മൂക്കിലൂടെ പറഞ്ഞു:

"ഇദൊരിദ്ദിരി ഗടണ്ണ ഗൈയായിപ്പോയി!"

തടാകക്കരയിലേക്ക് ഇറങ്ങിവന്ന ഇരട്ടനിറമുള്ള പെരുമ്പാമ്പ്, ആനക്കുട്ടിയുടെ പിൻകാലുകളിൽ കുരുക്കിട്ട്, തൊട്ടടുത്തുള്ള പാറക്കെട്ടിലൂടെ ചുറ്റിപ്പിണഞ്ഞ് വലിഞ്ഞുനിന്ന് മുറുമുറുത്തു:

"നിന്റെ പരിചയക്കുറവും എടുത്തുചാട്ടവും കൊണ്ടാണ് നമ്മളിപ്പോൾ ഈ ഗതിയിലായത്. എനിക്കു തോന്നുന്നത് മനുഷ്യർ യുദ്ധസജ്ജരാകുന്നതുപോലെ നമ്മളും ഉണർന്നു പ്രവർത്തിക്കേണ്ട സമയം വന്നുചേർന്നിരിക്കുന്നുവെന്നാണ്. അതല്ലെങ്കിൽ ഈ സംഭവം ജീവിതഗതി തന്നെ മാറ്റിമറിച്ചേക്കും."

പെരുമ്പാമ്പിന് അങ്ങനെയൊക്കെയേ സംസാരിക്കാനറിയൂ. അങ്ങനെ, ഒരു വശത്ത് ആനക്കുട്ടിയും പെരുമ്പാമ്പും ചേർന്ന് വലിക്കാൻ തുടങ്ങി; മറുവശത്ത് മുതല ഒറ്റയ്ക്കും. എത്രതന്നെ വാലും കുത്തിനിന്നിട്ടും, ആനക്കുട്ടിയും പെരുമ്പാമ്പും ചേർന്നുള്ള വലി താങ്ങാനാവാതെ വന്നതോടെ, ആനക്കുട്ടിയുടെ മൂക്കിൽനിന്ന് കടി വിടാൻ മുതല നിർബന്ധിതനായി. അന്നേരം ലിംപോപെ തടാകത്തെയും സമീപ പ്രദേശങ്ങളെയും പ്രകമ്പനം കൊള്ളിക്കുന്ന ഇടിമുഴക്കം പോലുള്ള ഒരു ഗംഭീര ശബ്ദം കേട്ടു. അതോടൊപ്പം തന്നെ ഒരു ബ്ലൂങ്കാര ശബ്ദത്തോടെ മുതല തടാകത്തിലേക്ക് മുങ്ങിത്താഴുകയും ചെയ്തു.

ആശ്വാസത്തോടെ തടാകക്കരയിൽ ഇരിക്കുന്നതിനിടയിൽ പെരുമ്പാമ്പിന് നന്ദി പറയാൻ ആനക്കുട്ടി മറന്നില്ല. എന്നിട്ട്, അസാധാരണമാംവിധം നീണ്ടുപോയ മൂക്കിനെ വാഴയിലകൊണ്ട് പൊതിഞ്ഞ് ലിംപോപോ തടാകത്തിലെ കരിംപച്ച നിറമുള്ള വെള്ളത്തിലേക്ക് തണുക്കാൻ വേണ്ടി ഇറക്കിവച്ചു.

"നീയിതെന്തൊക്കെയാ ഈ കാട്ടിക്കൂട്ടുന്നത്?"

പെരുമ്പാമ്പിന്റെ ചോദ്യത്തിനുമുന്നിൽ ആദ്യമൊന്നു പതറിയെങ്കിലും ആനക്കുട്ടി ഉള്ളിലിരിപ്പ് വ്യക്തമാക്കി.

"അതുപിന്നെ.... നീണ്ടു വിരൂപമായിപ്പോയ എന്റെ മൂക്കു കണ്ടില്ലേ? അതൊന്ന് ചുരുങ്ങിക്കിട്ടുമോയെന്നറിയാൻ കാത്തിരിക്കുകയാണ് ഞാൻ."

"അങ്ങനെയാണെങ്കിൽ നീ കുറേക്കാലം കാത്തിരിക്കേണ്ടി വരും. അല്ലെങ്കിലും ചിലയാളുകൾക്കറിയില്ല, അവർക്ക് നല്ലതേതാണെന്ന്!"

നീണ്ടുപോയ മൂക്ക് ചുരുങ്ങുമോയെന്നറിയാൻ ആനക്കുട്ടി മൂന്ന് ദിവസം ആ ഇരിപ്പ് തുടർന്നു. കാത്തിരുന്ന് കണ്ണ് കഴച്ചതല്ലാതെ, മൂക്ക് ചുരുങ്ങുന്നതിന്റെയോ ചുളുങ്ങുന്നതിന്റെയോ യാതൊരു ലക്ഷണവും കണ്ടില്ല. വാസ്തവത്തിൽ, പ്രിയ സ്നേഹിതാ, നിനക്ക് മനസ്സിലായിക്കാണുമല്ലോ. മുതല വലിച്ചു നീട്ടിയ ആ മൂക്കിന്റെ അവസ്ഥ. അത്, അതിനോടകം തന്നെ ഇപ്പോഴുള്ള ആനകളുടെ തുമ്പിക്കൈപോലെ രൂപാന്തരപ്പെട്ടിരുന്നു.

മൂന്നാം ദിവസം സന്ധ്യയ്ക്ക് ഒരു സംഭവമുണ്ടായി: ആനക്കുട്ടിയെ അലോസരപ്പെടുത്തിക്കൊണ്ട് ഒരു ഈച്ച വന്ന് അവന്റെ മുതുകിലിരുന്നു. ആനക്കുട്ടി വളരെ സ്വാഭാവികമായിത്തന്നെ തുമ്പിക്കൈ ചുഴറ്റി മുതുകിലിരുന്ന ഈച്ചയെ നിഷ്പ്രയാസം തല്ലിക്കൊന്നു.

"ശുഭാപ്തിവിശ്വാസത്തിന്റെ ആദ്യചുവട് കൊള്ളാം! വെറുതെ ഞാന്നുകിടന്ന പഴയ മൂക്കുകൊണ്ട് നിനക്കിതുപോലെ എന്തെങ്കിലും ചെയ്യാൻ കഴിയുമായിരുന്നോ? ഇനി എന്തെങ്കിലും കഴിക്കാൻ കഴിയുമോയെന്ന് ശ്രമിച്ചുനോക്ക്.

പെരുമ്പാമ്പിന്റെ വാക്കുകൾ ആനക്കുട്ടിയിൽ കൂടുതൽ ആത്മവിശ്വാസം പകർന്നു. അവിടെ നിന്ന് ഒരുകെട്ട് പുല്ല് ഒറ്റയടിക്ക് തുമ്പിക്കൈകൊണ്ട് പറിച്ചെടുത്ത്, അതിൽ പറ്റിപ്പിടിച്ചിരുന്ന മണ്ണും ചളിയും മുൻകാലിലടിച്ച് വൃത്തിയാക്കി, നേരെ വായിലേക്ക് തിരുകി.

"ശുഭാപ്തിവിശ്വാസത്തിന്റെ രണ്ടാം ചുവട് നന്നായിട്ടുണ്ട്! ചുമ്മാ തൂങ്ങിയാടിയിരുന്ന നിന്റെയാ പഴയ മൂക്കുകൊണ്ട് ഇതുപോലെന്തെങ്കിലും ചെയ്യാൻ കഴിയുമായിരുന്നോ? ഇവിടെ, ചൂടൊരല്പം അധികമാണെന്നു തോന്നുന്നു. അല്ലേ?"

പെരുമ്പാമ്പിന്റെ ചോദ്യം കേട്ട് സംഗതി ശരിയാണെന്ന അർത്ഥത്തിൽ തലകുലുക്കിയ ആനക്കുട്ടി, മറ്റൊന്നും ചിന്തിക്കാതെ, ലിംപോപോ തടാകക്കരയിലുള്ള പൂഴി തുമ്പിക്കൈകൊണ്ട് തലയ്ക്കു മീതെ വാരിയെറിയാൻ തുടങ്ങി.

"ശുഭാപ്തിവിശ്വാസത്തിന്റെ മൂന്നാം ചുവട് ഗംഭീരമായിട്ടുണ്ട്! മുന്നിലേക്ക് ഉന്തിനിന്ന പഴയമൂക്കായിരുന്നെങ്കിൽ നിനക്കിങ്ങനെയൊക്കെ ചെയ്യാൻ സാധിക്കുമായിരുന്നോ? ഒരിക്കൽക്കൂടി തല്ലുകൊണ്ടാൽ കൊള്ളാമെന്നു തോന്നുന്നുണ്ടോ, നിനക്ക്?"

പെരുമ്പാമ്പിന്റെ ചോദ്യം കേട്ട ആനക്കുട്ടി അസ്വസ്ഥനായി.

"ദയവായി, അതുമാത്രം എന്നെ ഓർമ്മിപ്പിക്കരുതേ. അതെല്ലാം ഞാൻ മറക്കാൻ ശ്രമിച്ചുകൊണ്ടിരിക്കുകയാണ്."

"ഓ, അതുശരി. എന്നാൽ, ആർക്കെങ്കിലുമിട്ട് രണ്ടെണ്ണം പൊട്ടിച്ചാൽ കൊള്ളാമെന്നു തോന്നുന്നുണ്ടോ?"

"അങ്ങനെ ചോദിച്ചാൽ.... അങ്ങനെയൊരാഗ്രഹം ഇല്ലാതില്ല!"

"എന്നാൽപ്പിന്നെ, പുതിയ മൂക്കുകൊണ്ട് തല്ലാൻ പറ്റിയ ആരെയെങ്കിലും വേഗം കണ്ടുപിടിച്ചോ! വേണമെങ്കിൽ, ആർക്കെങ്കിലും തല്ലുകൊടുക്കാനും കൂടി കഴിയുന്നതാണ് പുതിയ മൂക്കെന്ന് ഓർമ്മവേണം."

പെരുമ്പാമ്പിന്റെ വാക്കുകൾ ആനക്കുട്ടിയെ ആവേശഭരിതനാക്കി.

"അക്കാര്യം എനിക്കോർമ്മയുണ്ട്. ചെയ്തുതന്ന എല്ലാ ഉപകാരങ്ങൾക്കും ഒരിക്കൽക്കൂടി നന്ദി പറയുന്നു. എന്നാൽ ഞാനിനി കുടുംബത്തിലേക്ക് മടങ്ങട്ടെ, അവിടെച്ചെന്ന് ഒരു ശ്രമം നടത്തി നോക്കുന്നുണ്ട്!"

അങ്ങനെ, നീളൻ തുമ്പിക്കൈ തോന്നിയ മട്ടിൽ ചുഴറ്റിക്കൊണ്ട് ആഫ്രിക്കൻ കാടുകളും മേടുകളും പിന്നിട്ട് ആനക്കുട്ടി, കുടുംബം ലക്ഷ്യമാക്കി നടന്നുതുടങ്ങി. കായ്കനികൾ വേണമെന്നു തോന്നുമ്പോഴൊക്കെ പഴങ്ങൾ മരച്ചില്ലകളിൽ നിന്ന് കൊഴിയും വരെ കാത്തുനിൽക്കുമായിരുന്ന അവൻ ഇപ്പോഴാകട്ടെ, തുമ്പിക്കൈ കൊണ്ട് മരത്തെ പിടിച്ചു കുലുക്കിയും, ചില്ലകളിൽ നിന്ന് നേരിട്ടുപറിച്ചും ഭക്ഷിച്ചുകൊണ്ടിരുന്നു. തറയിൽ നിന്ന് ഇളംപുല്ലു തിന്നാൻ മുട്ടുകുത്തിയിരിക്കുമായിരുന്ന അവൻ, നിന്നനില്പിൽതന്നെ തുമ്പിക്കൈകൊണ്ട് പുല്ലുപറിച്ചു തിന്നു. മുതുകിലിരുന്ന് ശല്യപ്പെടുത്തുന്ന ഈച്ചകളെയും പ്രാണികളെയും വിരട്ടിയോടിക്കാൻ, അവനൊരു മരച്ചില്ല ഒടിച്ചെടുത്ത് ചുറ്റും ചുഴറ്റിക്കൊണ്ടിരുന്നു. ചൂടിന്റെ കാഠിന്യം കുറയ്ക്കാനായി ഇടയ്ക്കിടെ തലയ്ക്കുമീതെ പൂഴി വാരിയെറിയുന്ന ശീലവും അവനുണ്ടായി.

ആഫ്രിക്കയിലൂടെ ഒറ്റയ്ക്കു നടക്കുമ്പോൾ ആനക്കുട്ടി മൂളിപ്പാട്ട് പാടുമായിരുന്നു. ഇപ്പോഴതിന്റെ ശബ്ദം വൃന്ദവാദ്യത്തിന്റേതിനു തുല്യമായി. പതിവായി നടക്കാറുള്ള വഴികളിൽ നിന്ന് മാറിനടക്കാൻ ആനക്കുട്ടി തീരുമാനിച്ചത്, പൊണ്ണത്തടിയനായ ഒരു ഹിപ്പപ്പൊട്ടാമസിനെ വഴിമധ്യേ കണ്ടുമുട്ടുക എന്ന ലക്ഷ്യത്തോടുകൂടിയായിരുന്നു. (അവന്റെ ബന്ധുവായ ഹിപ്പപ്പൊട്ടാമസമ്മായിയെ കണ്ടുമുട്ടാനായിരുന്നില്ല) ഏതെങ്കിലുമൊരു ഹിപ്പപ്പൊട്ടാമസിനെ കണ്ടുമുട്ടിയാൽ, ഇരട്ടനിറമുള്ള പെരുമ്പാമ്പ് പറഞ്ഞതുപോലെ തുമ്പിക്കൈയുടെ യഥാർത്ഥ കരുത്ത് പരിശോധിക്കാമെന്നത് മാത്രമായിരുന്നു അവന്റെ ചിന്ത. ശേഷിച്ച സമയം മുഴുവൻ, വഴിനീളെ കാണുന്ന തണ്ണിമത്തനുകൾ പറിച്ചുതിന്നുകയും കുറേയെണ്ണം തുമ്പിക്കൈകൊണ്ട് അടിച്ചു തകർക്കുകയും ചെയ്തു.

അങ്ങനെ, ഒരു സന്ധ്യയ്ക്ക് ആനക്കുട്ടി കുടുംബത്തിലെത്തിച്ചേർന്നു. അവൻ തിരികെയെത്തിയതിൽ എല്ലാവരും സന്തോഷിച്ചു.

"എന്തൊക്കെയുണ്ട് വിശേഷങ്ങൾ?"

തുമ്പിക്കൈ ചുരുട്ടിപ്പിടിച്ചുകൊണ്ട് ആനക്കുട്ടി ചോദിച്ചു.

"ഓ, തല്ലുകൊള്ളി തിരിച്ചുവന്നല്ലോ, അതുമതി! നിന്റെ സംശയങ്ങളൊക്കെ തീർന്നിട്ടുണ്ടാവുമോ, ആവോ?"

ആ ചോദ്യം കേട്ടതോടെ ആനക്കുട്ടിക്ക് ദേഷ്യംവന്നു.

"ഫൂ! ശരിക്കുള്ള തല്ലെന്താണെന്ന് ഇക്കൂട്ടത്തിലാർക്കും അറിയാമെന്നു തോന്നുന്നില്ല. പക്ഷേ, എനിക്കത് നന്നായറിയാം. ശരിക്കുള്ള തല്ലെന്താണെന്ന് ഞാൻ നിങ്ങൾക്ക് കാട്ടിത്തരുന്നുണ്ട്!"

അത്രയും പറഞ്ഞുകൊണ്ട് കൂട്ടത്തിലുണ്ടായിരുന്ന രണ്ട്സഹോദരന്മാരെ തെരഞ്ഞുപിടിച്ച് തുമ്പിക്കൈകൊണ്ട് പൊതിരെ തല്ലി.

"എടാ പഴംവിഴുങ്ങീ, നീ ഈ വിദ്യകളൊക്കെ എവിടെനിന്ന് പടിച്ചെടുത്തു. നിന്റെ മൂക്കിനെ എന്തുചെയ്തു?"

തല്ല് കുറെ കിട്ടിയെങ്കിലും സഹോദരന്മാരുടെ ആകാംക്ഷയ്ക്ക് അതിരില്ലായിരുന്നു.

"കരിംപച്ച നിറമുള്ള ലിംപോപോ തടാകത്തിലെ മുതലയാണ് എന്റെ പുതിയ മൂക്കിന് കാരണക്കാരൻ. അത്താഴത്തിനെന്താണെന്ന് ചോദിച്ചതേയുള്ളൂ, അപ്പോഴേക്കും എനിക്കീ പുതിയ മൂക്ക തന്നു!" ആനക്കുട്ടിയുടെ മറുപടി ആരുമത്ര കാര്യമാക്കിയില്ല.

"പക്ഷേ, ഇത് കാണാൻ ഭയങ്കര വൃത്തികേടാണ്."

ദേഹമാസകലം രോമങ്ങളുള്ള കുരങ്ങമ്മാവൻ പറഞ്ഞു.

"ശരിയാണ്. പക്ഷേ, അതേസമയം തന്നെ ഇത് ഉപകാരപ്രദവുമാണ്."

എന്നുപറഞ്ഞുകൊണ്ട് ആനക്കുട്ടി കുരങ്ങമ്മാവനെ കാലിൽ പിടിച്ച് തൂക്കിയെടുത്ത് അടുത്തുണ്ടായിരുന്ന ഒരു കടന്നൽക്കൂട്ടിൽ കൊണ്ടുപോയി വച്ചു.

ആനക്കുട്ടിയുടെ വികൃതിത്തരങ്ങൾ ഓരോ ദിവസം കഴിയുന്തോറും കൂടിവന്നതേയുള്ളൂ. ഏറെക്കാലം അവൻ സ്വന്തം കുടുംബാംഗങ്ങളെപ്പോലും, തരംകിട്ടുമ്പോഴൊക്കെ തല്ലാൻതുടങ്ങി. ഒട്ടകപ്പക്ഷി അമ്മായിയുടെ അങ്കവാലിലെ തൂവലുകൾ അവൻ പറിച്ചെടുത്തു; ജിറാഫമ്മാവന്റെ മുൻകാലിൽ പിടിച്ചുവലിച്ച് മുൾച്ചെടിക്കാട്ടിലൂടെ കൊണ്ടുപോയി; ഹിപ്പപ്പൊട്ടാമസമ്മായിയെ ഭീകരശബ്ദം കേൾപ്പിച്ചു ഭയപ്പെടുത്തി; അമ്മായി ഭക്ഷണത്തിനുശേഷം ഉച്ചയുറക്കത്തിന് കിടന്നപ്പോൾ ചെവിയിൽ വെള്ളം ചീറ്റി. ക്രമേണ ബന്ധുജനങ്ങൾക്കെല്ലാം ഒരു ശല്യക്കാരനായി ആനക്കുട്ടി മാറി. എങ്കിലും, കൊലൊകോലോ പക്ഷിയുടെ ദേഹത്ത് ആരെങ്കിലുമൊന്ന് തൊടാൻ പോലും അവൻ അനുവദിച്ചതുമില്ല.

മാന്ത്രികച്ചെപ്പ്

അങ്ങനെ, സംഗതികൾ കൂടുതൽ വഷളാകാൻ തുടങ്ങിയതോടെ അവന്റെ കുടുംബത്തിൽപ്പെട്ടവർ ഓരോരുത്തരായി കരിംപച്ചനിറമുള്ള ലിംപോപോ തടാകക്കരയിലെ പനിമരത്തിന്റെ ചുവട്ടിലേക്ക് പോകാൻ നിർബന്ധിതരായി. മുതലയുടെ പക്കൽനിന്നും പുതിയ മൂക്ക് വാങ്ങുകയായിരുന്നു എല്ലാവരുടെയും ലക്ഷ്യം. എന്നാൽ കാര്യസാധ്യത്തിനു ശേഷം മടങ്ങിവന്നവരാരും തമ്മിൽ തല്ലിയില്ല. അങ്ങനെ, അന്നുമുതലാണ്, പ്രിയ സ്നേഹിതാ, ആനകൾക്ക് ഇന്നു നാം കാണുന്നതുപോലെയുള്ള, നമ്മുടെ ആനക്കുട്ടിയുടേതുമാതിരിയുള്ള നീണ്ട തുമ്പിക്കൈകൾ ലഭിച്ചത്. ∎

വന്യമൃഗമായിരുന്ന പൂച്ചയെ മെരുക്കിയ കഥ

അക്കാലത്ത് ഭൂമിയിലെ സകലമൃഗങ്ങളും വന്യമൃഗങ്ങളായിരുന്നു. എന്നുമാത്രമല്ല ദുഷ്ടമൃഗങ്ങളുമായിരുന്നു. നായയും കുതിരയും പശുവും ആടും പന്നിയും എന്നുവേണ്ട, പൂച്ചപോലും വന്യമൃഗമായിരുന്നു. കാട്ടു തടികൾക്കിടയിലൂടെ മാത്രം സഞ്ചരിച്ചുകൊണ്ട് ആ മൃഗങ്ങൾ തങ്ങളുടെ വന്യത ആവോളം പ്രകടിപ്പിച്ചുകൊണ്ടിരുന്നു. അക്കൂട്ടത്തിൽ പൂച്ചയ്ക്കായിരുന്നു ഏറ്റവും കൂടുതൽ വന്യത. കൂട്ടത്തിൽ നിന്നുമാറി ഒറ്റയ്ക്ക്, തോന്നിയ മാതിരി നടക്കാനായിരുന്നു അവന് താത്പര്യം.

തീർച്ചയായും, മനുഷ്യനും വന്യതയുണ്ടായിരുന്നു. മനുഷ്യന്റെ ഭയങ്കരമായ വന്യത സൗമ്യതയ്ക്കു വഴിമാറിയത്, അവൻ സ്ത്രീയെ കണ്ടു മുട്ടിയതോടെയാണ്. കാരണം വന്യമായി ജീവിക്കാൻ അവൾ ഇഷ്ടപ്പെട്ടിരുന്നില്ല. ഗുഹയിലെ നനഞ്ഞ ഇലകളിൽ അന്തിയുറങ്ങാൻ അവൾക്ക് തീരെ മനസ്സുവന്നില്ല. അവൾ നിലം വൃത്തിയാക്കി, ഉണങ്ങിയ ഇലകൾ നിരത്തി അതിന്മേൽ കിടന്നു. ഗുഹയുടെ പിന്നാമ്പുറത്ത് ഒരു നെരിപ്പോടും ഉണ്ടാക്കി. ഗുഹാകവാടത്തിൽ, ഉണങ്ങിയ കുതിരത്തൊലി നിലത്ത് വിരിച്ചിട്ടു. പുരുഷൻ വന്നപ്പോൾ അവളതിന്റെ ഉപയോഗം വ്യക്തമാക്കി.

"ഉള്ളിലേക്ക് കയറുമ്പോൾ കാലുകൾ ചവിട്ടിത്തുടയ്ക്കണം. എന്നാലേ വീടിനകം വൃത്തിയായിരിക്കൂ."

അന്നുരാത്രി കൽച്ചട്ടികളിൽ വച്ചു പൊരിച്ചെടുത്ത കാട്ടാടിന്റെ ഇറച്ചിയായിരുന്നു അവരുടെ ഭക്ഷണം. അതിന് സ്വാദുകൂട്ടാൻ കാട്ടിലെ വെളുത്തുള്ളിയും കുരുമുളകും അവരുപയോഗിച്ചു; നിർത്തിപ്പൊരിച്ച കാട്ടു താറാവും കാട്ടരിയും കാട്ടുലുവയും കാട്ടുമല്ലിയും ചേർത്ത വിഭവങ്ങളു മുണ്ടായിരുന്നു; കാട്ടുകാളയുടെ മജ്ജയും, കാട്ടുചെറിപ്പഴങ്ങളും തൊട്ടു കൂട്ടാനും ഉണ്ടായിരുന്നു. വിഭവസമൃദ്ധമായ അത്താഴത്തിനുശേഷം പുരുഷൻ നെരിപ്പോടിനരികെ സംതൃപ്തിയോടെ കിടന്നുറങ്ങി. സ്ത്രീയാകട്ടെ അപ്പോഴും മുടിചീകിക്കൊണ്ടിരിക്കുകയായിരുന്നു. അതിനിടയിൽ,

75

മാന്ത്രികച്ചെപ്പ്

അവൾ കാട്ടാടിന്റെ ഇറച്ചിയിൽ നിന്ന് അവശേഷിച്ച തോളെല്ലെടുത്ത് അതിലെ അടയാളങ്ങളെ സൂക്ഷ്മമായി നോക്കിക്കൊണ്ട് ആകാംക്ഷ യോടെ നെരിപ്പോടിലേക്ക് കൂടുതൽ വിറകുകൊള്ളികൾ തള്ളിക്കൊണ്ടി രുന്നു. ഒരുപക്ഷേ, അതായിരുന്നു ലോകത്തിലെ ആദ്യത്തെ മാന്ത്രിക ഗാനം.

അതേസമയം, കാട്ടുമരങ്ങൾക്കിടയിൽ വന്യമൃഗങ്ങളെല്ലാവരും ഒത്തു കൂടി. നെരിപ്പോടിന്റെ വെളിച്ചം അവർ ദൂരെ നിന്നുതന്നെ കണ്ടു. അതിന്റെ അർത്ഥമെന്തെന്നറിയാതെ അവർ അസ്വസ്ഥരായി.

"പ്രിയ മിത്രങ്ങളേ ശത്രുക്കളേ, എന്തിനായിരിക്കും പുരുഷനും സ്ത്രീയും ഗുഹയിൽ തീകൂട്ടിയിരിക്കുന്നത്, അതുകൊണ്ട് നമുക്കെന്തെ ങ്കിലും അനർത്ഥമുണ്ടാകുമോ?"

കാട്ടുകുതിര നിലത്ത് തൊഴിച്ചുകൊണ്ട് കുണ്ഠിതപ്പെട്ടു. നായ മൂക്കു യർത്തി മണംപിടിച്ചു. പൊരിച്ച ആട്ടിറച്ചിയുടെ ഗന്ധം അവന്റെ മൂക്കി ലേക്ക് വന്നുകയറി.

"ഞാനൊന്നു പോയി നോക്കിയിട്ടുവരാം, എന്നിട്ട് എന്താണു കാര്യ മെന്നു പറയാം. സംഗതി കൊള്ളാമെന്നാണ് എനിക്കു തോന്നുന്നത്. പൂച്ചേ, നീ എന്നോടൊപ്പം വരുന്നോ?"

നായയുടെ ക്ഷണം പൂച്ച നിരസിച്ചു.

"ഞാനില്ല! തോന്നിയതുപോലെ നടക്കുന്ന ഒരു പൂച്ചയാണു ഞാൻ. എനിക്ക് എല്ലായിടവും ഒരുപോലെ തന്നെ. എന്നാലും ഞാൻ വരില്ല."

"ശരി. എന്നാൽ ഇനിമേലിൽ നാം ചങ്ങാതിമാരല്ല!"

നായ പൂച്ചയെ നോക്കി മുരണ്ടു. എന്നിട്ട് ഗുഹയെ ലക്ഷ്യമാക്കി നടന്നു. നായ കുറേദൂരം പിന്നിട്ടപ്പോഴേക്കും പൂച്ചയും പിന്നാലെ നട ക്കാൻ തുടങ്ങി. എന്നിട്ട് ആത്മഗതമായി കൂട്ടിച്ചേർത്തു:

"എല്ലാ സ്ഥലവും എനിക്കൊരുപോലെ തന്നെ. പിന്നെ ഞാനെന്തിന് പോകാതെയും കാണാതെയും ഇരിക്കണം. സ്വന്തം ഇഷ്ടപ്രകാരം എനിക്ക് എവിടെയും പോകാമല്ലോ?"

നായ കാണാതെ പതുങ്ങിപ്പതുങ്ങി സകല ശബ്ദങ്ങളും കേട്ടുകൊണ്ട് അവനുപിന്നാലെ പൂച്ച നടത്തം ആരംഭിച്ചു.

ഗുഹാകവാടത്തിൽ എത്തിച്ചേർന്ന നായ, മൂക്കിലേക്ക് പൊരിച്ച ആട്ടി റച്ചിയുടെ മണം ആവോളം വലിച്ചുകയറ്റി. എല്ലിൻ കഷണത്തിലേക്ക് നോക്കിയിരിക്കുകയായിരുന്നു സ്ത്രീ, നായയുടെ ചെയ്തികൾ കണ്ട് പൊട്ടിച്ചിരിച്ചു.

"ഓഹോ, ആദ്യത്തെയാൾ ഇതാ എത്തിക്കഴിഞ്ഞു. കാട്ടുമരങ്ങൾ ക്കിടയിൽ നിന്നു കയറിവന്ന കാട്ടുജീവി, നിനക്കെന്താണ് വേണ്ടത്?"

"എന്റെ പ്രിയപ്പെട്ട ശത്രുവും ശത്രുവിന്റെ ഭാര്യയുമായുള്ളവളേ, കാട്ടുമരങ്ങൾക്കിടയിലേക്ക് കടന്നുവന്ന അസുലഭ ഗന്ധം എന്താണ്?"

ചോദ്യം കേട്ടപാടെ, പൊരിച്ച ആട്ടിറച്ചി അവശേഷിപ്പിച്ച എല്ലുകളിലൊന്ന് നായയുടെ നേർക്ക് സ്ത്രീ എറിഞ്ഞുകൊടുത്തു. എന്നിട്ട് പറഞ്ഞു:

"കാട്ടുമരങ്ങൾക്കിടയിൽ നിന്ന് കയറിവന്ന കാട്ടുജീവി, അതൊന്ന് രുചിച്ചുനോക്കൂ, എങ്ങനെയുണ്ടെന്ന്!"

നായയാകട്ടെ അത്രയും രുചികരമായ ഭക്ഷണം അതിനുമുമ്പൊരിക്കലും കഴിച്ചിട്ടുണ്ടായിരുന്നില്ല.

"എന്റെ പ്രിയ ശത്രുവും ശത്രുവിന്റെ ഭാര്യയുമായുള്ളവളേ, എനിക്ക് ഒരു കഷണം കൂടി തന്നുകൂടെ?"

നായയുടെ കൊതിപുരണ്ട ചോദ്യം കേട്ടതോടെ സ്ത്രീ ഒരു നിർദ്ദേശം മുന്നോട്ടുവച്ചു:

"കാട്ടുമരങ്ങൾക്കിടയിൽ നിന്ന് കയറിവന്ന കാട്ടുജീവി, എന്റെ പുരുഷൻ പകൽ വേട്ടയാടാൻ പോകുമ്പോൾ സഹായിക്കുകയും, രാത്രി ഗുഹയിലായിരിക്കുമ്പോൾ സുരക്ഷാചുമതല ഏറ്റെടുക്കുകയും ചെയ്താൽ നിനക്ക് മൊരിഞ്ഞ എല്ലിൻ കഷണങ്ങൾ എത്രവേണമെങ്കിലും ഞാൻ തരാം."

ഈ സംഭാഷണങ്ങളെല്ലാം കാട്ടുപൂച്ച ഒളിഞ്ഞിരുന്ന് കേൾക്കുന്നുണ്ടായിരുന്നു.

"ഹൊ! ഈ സ്ത്രീ ബുദ്ധിമതി തന്നെ. എങ്കിലും എന്റെ അത്രയും ബുദ്ധിയില്ല."

സ്ത്രീയുടെ നിർദ്ദേശം കേട്ടമാത്രയിൽ കാട്ടുനായ ചിണുങ്ങി വാലാട്ടിക്കൊണ്ട് ഗുഹയ്ക്കുള്ളിലേക്ക് കയറി സ്ത്രീയുടെ മടിയിൽ തലവച്ച് അനുസരണയോടെ കിടന്നു.

"എന്റെ പ്രിയ മിത്രവും മിത്രത്തിന്റെ ഭാര്യയുമായുള്ളവളേ, ഇനിയുള്ള പകലുകളിൽ ഞാൻ നിന്റെ പുരുഷനെ സഹായിക്കുകയും രാത്രികാലങ്ങളിൽ ഗുഹയ്ക്ക് സുരക്ഷയൊരുക്കുകയും ചെയ്തുകൊള്ളാമെന്ന് ഞാനിതാ ഉറപ്പുതരുന്നു!"

"ഹൊ! ഈ പട്ടി ഇത്ര പൊട്ടനായിപ്പോയല്ലോ!"

എന്നു പരിഹസിച്ചുകൊണ്ട് കാട്ടുപൂച്ച തിരികെ നടന്നു. വാലാട്ടിക്കൊണ്ട് കാട്ടുമരങ്ങൾക്കിടയിൽ തനിച്ചു നടന്നെങ്കിലും ആരോടും ഒന്നും മിണ്ടിയില്ല.

പുരുഷൻ എഴുന്നേറ്റപ്പോൾ ഗുഹയിൽ കാട്ടുനായയെക്കണ്ട് ഞെട്ടി.

"ഈ കാട്ടുപട്ടി ഇവിടെയെന്താ ചെയ്യുന്നത്?"

"ഇനിമുതൽ ഇവൻ കാട്ടുനായയല്ല; ഇവനിൽ ദുഷ്ടതയുമില്ല.

ഇവനാണ് നമ്മുടെ ആദ്യ സ്നേഹിതൻ; ഇനിമുതൽ എല്ലായ്പ്പോഴും എല്ലാക്കാലത്തും. നായാട്ടിനുപോകുമ്പോൾ ഇനിമുതൽ ഇവനെക്കൂടി കൊണ്ടുപൊയ്ക്കോളൂ, ഇവൻ നിങ്ങളെ സഹായിക്കും."

പുരുഷൻ വിശ്വാസംവരാത്ത മട്ടിൽ സ്ത്രീയെ നോക്കി.

തൊട്ടടുത്ത രാത്രിക്കു മുമ്പ്, പുതിയ പച്ചപ്പുല്ല് അരിഞ്ഞെടുത്ത്, അതിലെ വെള്ളം കളഞ്ഞ്, കൊതിപ്പിക്കുന്ന ഗന്ധം പരക്കുന്ന മട്ടിൽ ഗുഹാകവാടത്തിനു മുന്നിൽ ഒരിക്കിവച്ചു. അന്നുരാത്രിയും കാട്ടാടിന്റെ തോളെല്ല് പൊരിച്ചെടുത്തിരുന്നു. എന്നിട്ട് അടുത്ത ചെപ്പടിവിദ്യയ്ക്കു വേണ്ടി തയ്യാറെടുത്തു. അതെ, അതുതന്നെയായിരുന്നു ലോകത്തിലെ രണ്ടാമത്തെ മാന്ത്രികഗാനം.

കാട്ടുമരങ്ങൾക്കിടയിൽ വന്യമൃഗങ്ങളെല്ലാം വീണ്ടും ഒത്തുകൂടി. കാട്ടുനായയ്ക്ക് എന്തു സംഭവിച്ചുകാണുമെന്നോർത്ത് അവർ പരസ്പരം നോക്കി. കൂട്ടത്തിൽ കാട്ടുകുതിര ഈർഷ്യയോടെ നിലത്ത് ആഞ്ഞു തൊഴിച്ചുകൊണ്ട് പറഞ്ഞു:

"കാട്ടുനായയ്ക്ക് എന്താണു സംഭവിച്ചതെന്ന് ഞാൻ പോയി അന്വേഷിച്ചിട്ടു വരാം. പൂച്ചേ, നീ എന്നോടൊപ്പം പോരുന്നോ?"

"നാനില്ല! തോന്നിയതുപോലെ നടക്കുന്ന ഒരു പൂച്ചയാണ് ഞാൻ. എനിക്ക് എല്ലായിടവും ഒരുപോലെ തന്നെ. എന്നാലും ഞാനവിടേക്കില്ല."

എങ്കിലും കുതിരയെ അറിയിക്കാതെ പൂച്ച അവനു പിന്നാലെ പാത്തുപതുങ്ങി നടന്നു.

ഗുഹാകവാടത്തിൽ വന്ന് നീണ്ട കുഞ്ചിരോമങ്ങളിൽ തട്ടിത്തടയുന്ന കാട്ടുകുതിരയെ കണ്ടതോടെ സ്ത്രീ ചിരിച്ചുകൊണ്ട് പറഞ്ഞു:

"രണ്ടാമൻ ഇതാ എത്തിപ്പോയി. കാട്ടുമരങ്ങൾക്കിടയിൽ നിന്ന് കയറിവന്ന കാട്ടുജീവി, നിനക്കെന്താണ് വേണ്ടത്?"

"എന്റെ പ്രിയപ്പെട്ട ശത്രുവും, ശത്രുവിന്റെ ഭാര്യയുമായുള്ളവളേ, ഇവിടേക്കുവന്ന കാട്ടുനായ എവിടെ?"

"കാട്ടുനായയെ അന്വേഷിക്കാൻ വേണ്ടിയല്ല നീ ഇവിടേക്കു വന്നതെന്ന് എനിക്കു നന്നായറിയാം. ഗുഹാകവാടത്തിൽ കിടക്കുന്ന ഇളം പുല്ല് നീ കണ്ടില്ലെന്നുണ്ടോ?"

സ്ത്രീ ചിരിച്ചുകൊണ്ട് കാട്ടുകുതിരയോട് ചോദിച്ചു.

"അതു ശരിയാണ്; അതെനിക്ക് തന്നുകൂടേ?"

നീണ്ട കുഞ്ചിരോമങ്ങൾ തട്ടിത്തടയുന്നതിനിടയിൽ കാട്ടുകുതിര മടിച്ചു മടിച്ച് സ്ത്രീയോടാവശ്യപ്പെട്ടു.

"കാട്ടുമരങ്ങൾക്കിടയിൽ നിന്ന് കയറിവന്ന കാട്ടുജീവി, നീ തല കുമ്പിട്ട് ഞാൻ തരുന്നത് ധരിച്ചാൽ, നിനക്കിതുപോലെയുള്ള രുചികര മായ പുല്ല് ദിവസേന മൂന്നുനേരം തരാം, എന്തു പറയുന്നു."

ഇതെല്ലാം ഒളിഞ്ഞിരുന്ന കേൾക്കുകയായിരുന്ന പൂച്ച നിരാശയോടെ പിറുപിറുത്തു;

"ഈ സ്ത്രീയൊരു ബുദ്ധിമതി തന്നെ. പക്ഷേ എന്നെപ്പോലെ ബുദ്ധി യില്ല."

അതേസമയം കാട്ടുകുതിര തലയും കുമ്പിട്ട്, സ്ത്രീ പറഞ്ഞതനു സരിച്ച് ജീനിയും കടിഞ്ഞാണും ധരിച്ച് അനുസരണയോടെ നിന്നു.

"എന്റെ പ്രിയ യജമാനത്തിയും യജമാനന്റെ ഭാര്യയുമായുള്ളവളേ, ഇത്തരം രുചികരമായ പുല്ലിനുവേണ്ടി ഇനിയുള്ള കാലം മുഴുവൻ ഞാൻ നിങ്ങളുടെ സേവകനായിരിക്കും."

"ഛെ! ഈ കുതിര ഇത്ര മടയനായിപ്പോയല്ലോ!"

എന്നു കളിയാക്കിക്കൊണ്ട് കാട്ടുപൂച്ച തിരിഞ്ഞുനടന്നു. നനഞ്ഞ കാട്ടുമരങ്ങൾക്കിടയിൽ തനിയെ ഉലാത്തിയെങ്കിലും, അവൻ ആരോടും ഒന്നും മിണ്ടിയില്ല.

പുരുഷനും നായയും നായാട്ടുകഴിഞ്ഞ് മടങ്ങിയെത്തിയപ്പോൾ പുറത്ത് നിൽക്കുന്ന കാട്ടുകുതിരയെക്കണ്ട് അമ്പരന്നു.

"ഈ കാട്ടുകുതിരയ്ക്ക് ഇവിടെന്താണ് കാര്യം?"

"ഇനി ഇവൻ കാട്ടുകുതിരയല്ല. ഇവനാണ് നമ്മുടെ ആദ്യ സേവ കൻ. ഇനി മുതൽ ഓരോ പ്രദേശങ്ങളിലേക്ക് യാത്രചെയ്യുമ്പോഴും ഇവൻ നമ്മെ ചുമന്നോളും. നായാട്ടിനു പോകുമ്പോൾ ഇവന്റെ പുറത്തുകയറി സഞ്ചരിക്കാം."

സ്ത്രീ പുരുഷനോട് പറഞ്ഞു.

തൊട്ടടുത്ത ദിവസം കാട്ടുപശു ഗുഹയ്ക്കുമുന്നിൽ വന്നുനിന്നു. മറ്റു മൃഗങ്ങളെയെന്നപോലെ പൂച്ച അവളെ അനുഗമിച്ചു. മുൻപ് നടന്ന കാര്യ ങ്ങളുടെ തനിയാവർത്തനം കണ്ട് പൂച്ച മുമ്പ് പറഞ്ഞ വാചകം തന്നെ ആവർത്തിച്ചു രുചികരമായ പുല്ലിനു പകരമായി പാൽ ചുരത്തി ക്കൊള്ളാൻ കാട്ടുപശു സ്ത്രീക്ക് അനുവാദം നൽകി. പൂച്ച പഴയതു പോലെ നിരാശനായി മടങ്ങി. ഒറ്റയ്ക്ക് കറങ്ങി നടന്നു; ആരോടും ഒന്നും വെളിപ്പെടുത്തിയതുമില്ല. പുരുഷനും നായയും കുതിരയും നായാട്ടിനു ശേഷം മടങ്ങിയെത്തിയപ്പോൾ പഴയ ചോദ്യം പുരുഷൻ ആവർത്തിച്ചു. സ്ത്രീ മറുപടിയും നൽകി.

"അവളിപ്പോൾ പഴയതുപോലെ കാട്ടുപശു അല്ല. അവൾ എല്ലാ യ്പോഴും വെളുത്ത് നുരയിടുന്ന ചൂടുപാല് തരാമെന്നേറ്റിട്ടുണ്ട്. നിങ്ങളുടെ

ആദ്യ ചങ്ങാതിയും ആദ്യ സേവകനുമൊത്ത് പുറത്തുപോകുമ്പോൾ ഞാനിവളെ നോക്കിക്കൊള്ളാം."

തൊട്ടടുത്തദിവസം മറ്റേതെങ്കിലും വന്യമൃഗം ഗുഹാമുഖത്തേക്ക് പോകുന്നുണ്ടോയെന്ന് പൂച്ച നിരീക്ഷിച്ചു. എന്നാൽ ആരും കാട്ടുമരക്കൂട്ടത്തിനിടയിൽ നിന്ന് ചലിച്ചില്ല. അങ്ങനെ പൂച്ചതന്നെ ഗുഹാകവാടത്തിലേക്ക് തനിയെ നടന്നു. സ്ത്രീ പശുവിനെ കറക്കുന്നത് നെരിപ്പോടിന്റെ അരണ്ട വെളിച്ചത്തിൽ പൂച്ചകണ്ടു. വെളുത്ത ചൂടുപാലിന്റെ സുഖമുള്ള മണം പൂച്ചയെ അസ്വസ്ഥനാക്കി.

പൂച്ച സ്ത്രീയോട് പതിവ് ചോദ്യം ആവർത്തിച്ചു.

"എന്റെ ശത്രുവും, ശത്രുവിന്റെ ഭാര്യയായുമുള്ളവളേ, കാട്ടുപശുവിനെ ഇവിടെയെങ്ങാനും കണ്ടോ?"

സ്ത്രീ ചിരിച്ചുകൊണ്ടു തന്നെയാണ് ഇത്തവണയും മറുപടി പറഞ്ഞത്:

"കാട്ടുമരങ്ങൾക്കിടയിൽ നിന്ന് കടന്നുവന്ന കാട്ടുജീവി, നീ തിരികെ പൊയ്ക്കോളൂ, ഞാനെന്റെ മുടി കോതിയൊതുക്കിക്കഴിഞ്ഞു, മാന്ത്രിക എല്ല് എറിഞ്ഞും കളഞ്ഞു. ഇനിയിവിടെ സുഹൃത്തിന്റെയോ സേവകന്റെയോ ആവശ്യമില്ല!"

"ഞാനൊരു സ്നേഹിതനോ, സേവകനോ അല്ല. സ്വന്തം ഇഷ്ടത്തിന് നടക്കുന്ന ഒരു പൂച്ചമാത്രമാണ് ഞാൻ. എനിക്കും നിങ്ങളോടൊപ്പം കഴിഞ്ഞാൽ കൊള്ളാമെന്നുണ്ട്."

"എങ്കിൽപ്പിന്നെ നീ എന്തുകൊണ്ട് ആദ്യ സ്നേഹിതനായോ, ആദ്യ സേവകനായോ വിന്നില്ല?"

സ്ത്രീയുടെ ചോദ്യംകേട്ട പൂച്ച ദേഷ്യത്തോടെ ചീറി.

"ആ നായ എന്റെ കഥകളെല്ലാം പറഞ്ഞിട്ടുണ്ടാവും, അല്ലേ?"

ആ മറുപടികേട്ട് സ്ത്രീ കുലുങ്ങിച്ചിരിച്ചു.

"നീ സ്വന്തം ഇഷ്ടത്തിന് നടക്കുന്നവനാണല്ലോ, എല്ലായിടവും നിനക്കൊരുപോലെ. നീയൊരു സ്നേഹിതനുമല്ല, സേവകനുമല്ല. അത് നീ തന്നെ വ്യക്തമാക്കിക്കഴിഞ്ഞു. നീ നിന്റെ തോന്ന്യവാസം തുടർന്നോളൂ."

അതുകേട്ടതോടെ പൂച്ച യാചനാസ്വരത്തിൽ കൈകൂപ്പി.

"ഞാനൊരിക്കലും ഇവിടേക്ക് വരാൻ പാടില്ലെന്നാണോ? ഞാനൊരിക്കലും ഈ നെരിപ്പോടിനു മുന്നിലിരുന്ന് തീകായാൻ പാടില്ലെന്നാണോ? ഞാനൊരിക്കലും അല്പം ചൂടുപാല് കുടിക്കരുതെന്നാണോ? നിങ്ങൾ സുന്ദരിയും ബുദ്ധിമതിയുമാണ്. ഒരു പൂച്ചയോട് ഇത്രയും ക്രൂരത കാണിക്കരുത്!"

''എനിക്കറിയാം ഞാനൊരു ബുദ്ധിയുള്ളവളാണെന്ന്. പക്ഷേ, സുന്ദരിയാണെന്ന് എനിക്കറിയില്ലായിരുന്നു. അതുകൊണ്ട് ഞാനൊരു ഒത്തുതീർപ്പ് വ്യവസ്ഥ പറയാം. അതായത്, നിന്നെ ഞാൻ ഒരു തവണ പുകഴ്ത്തിയാൽ നിനക്ക് ഗുഹയിൽ വരാനുള്ള അനുവാദം നൽകാം."

"എങ്കിൽ രണ്ടുതവണ പുകഴ്ത്തിയാലോ?"

"അങ്ങനെയാണെങ്കിൽ, നിനക്ക് നെരിപ്പോടിനടുത്ത് തീകായാനിരിക്കാം."

"മൂന്നുതവണ ആയാലോ?"

"എങ്കിൽ നിനക്ക് ദിവസം മൂന്നുനേരം ഇളംചൂടുള്ള പാല് ഞാൻ തന്നുകൊണ്ടേയിരിക്കാം."

ആ ഉടമ്പടി വ്യവസ്ഥ കേട്ട പൂച്ച, ശരീരം വില്ലുപോലെ വളച്ചു.

"ഗുഹാകവാടത്തിലെ തിരശ്ശീലയും, നെരിപ്പോടിലെ തീയും, പാൽക്കുടങ്ങളും ഈ വ്യവസ്ഥകൾ ഓർത്തിരിക്കട്ടെ!"

എന്നുപറഞ്ഞുകൊണ്ട് പൂച്ച നനഞ്ഞ മരക്കൂട്ടങ്ങൾക്കിടയിലേക്ക് മറഞ്ഞു.

അന്നുരാത്രി പുരുഷനും നായയും കുതിരയും നായാട്ട് കഴിഞ്ഞെത്തിയപ്പോൾ, പൂച്ചയുമായുണ്ടാക്കിയ കരാറിനെക്കുറിച്ച് സ്ത്രീ അവരോട് പറഞ്ഞില്ല. കാരണം, അവർക്കത് ഇഷ്ടപ്പെടില്ലെന്ന് അവൾക്കുറപ്പുണ്ടായിരുന്നു.

അതേസമയം പൂച്ച ദൂരെ എവിടെയോ പോയി ഒളിച്ചിരിക്കുകയായിരുന്നു. സ്ത്രീ അവനെ മറക്കുന്നതുവരെ പൂച്ച ഒളിവാസം തുടർന്നു. ഗുഹയ്ക്കുള്ളിൽ തലകീഴായി കിടന്നിരുന്ന വവ്വാലിനു മാത്രമായിരുന്നു പൂച്ചയുടെ ഒളിയിടം അറിയാമായിരുന്നത്. ഓരോ വൈകുന്നേരങ്ങളിലും വവ്വാൽ പൂച്ചയ്ക്ക് വിവരങ്ങൾ കൈമാറിക്കൊണ്ടിരുന്നു. അങ്ങനെ ഒരു സന്ധ്യയ്ക്ക് വവ്വാൽ ഒരു സുപ്രധാന വിശേഷം കൈമാറി:

"ഗുഹയിൽ പുതിയൊരു മനുഷ്യക്കുട്ടി കൂടി ഉണ്ടായിരുന്നു. ചെറുതാണെങ്കിലും ചെമന്നു തടിച്ച ശരീരം. സ്ത്രീക്ക് കുട്ടിയുടെ കാര്യങ്ങളിൽ അതീവ ശ്രദ്ധയുണ്ട്."

"ഓഹോ! ആ കുട്ടിയുടെ ഇഷ്ടങ്ങളെന്തൊക്കെയാണ്?"

"ഇക്കിളിപ്പെടുത്തുന്ന മൃദുവായതെന്തും അവനിഷ്ടമാണ്; ഉറങ്ങാൻ കിടക്കുമ്പോൾ കൈയിൽ പിടിക്കാൻ ഇളംചൂടുള്ളതായി എന്തെങ്കിലും വേണം; കളിക്കാൻ വളരെ ഇഷ്ടമാണ്... അങ്ങനെ പോകുന്നു അവന്റെ ഇഷ്ടങ്ങൾ..."

"മതി, അത്രയും മതി. എന്റെ ഊഴം വന്നിരിക്കുന്നു."

പിറ്റേന്ന് രാവിലെ, പുരുഷനും പരിവാരങ്ങളും വേട്ടക്കുപോയ തക്കം നോക്കി പൂച്ച ഗുഹാമുഖത്തെത്തി. സ്ത്രീ പാചകം ചെയ്യുന്ന തിരക്കിലായിരുന്നു. കുഞ്ഞ് ഇടയ്ക്കിടെ കരഞ്ഞുകൊണ്ട് അവളെ ജോലികളിൽ തടസ്സപ്പെടുത്തികൊണ്ടിരുന്നു. അങ്ങനെ അവൾ കുഞ്ഞിനെയും കൊണ്ട് ഗുഹയ്ക്കു പുറത്തുവന്ന്, കളിക്കാൻ മിനുസമുള്ള കുറേ കല്ലുകൾ അവന്റെ മുന്നിലേക്ക് ഇട്ടുകൊടുത്തു. എന്നിട്ടും കുഞ്ഞ് കരച്ചിൽ തുടർന്നു.

അതിനിടയിൽ പൂച്ച കുഞ്ഞിന്റെ അരികിലെത്തി. മൃദുവായ കൈപ്പത്തികൊണ്ട് കുഞ്ഞിന്റെ കവിളിൽ തലോടി; ശരീരത്തിലങ്ങിങ്ങായി വാലുകൊണ്ട് ഇക്കിളിപ്പെടുത്തി. അതോടെ, കുഞ്ഞ് ചിരിക്കാൻ തുടങ്ങി. അതുകേട്ട് അകത്തുനിന്ന സ്ത്രീക്കും സന്തോഷമായി.

ഗുഹയ്ക്കുള്ളിൽ തലകീഴായി തൂങ്ങിയാടിയിരുന്ന വവ്വാൽ സ്ത്രീയോട് സംസാരിച്ചുതുടങ്ങി:

"എന്റെ പ്രിയപ്പെട്ട ആതിഥേയാ, ആതിഥേയന്റെ ഭാര്യയും മകന്റെ അമ്മയും ആയുള്ളവളേ, കാട്ടുമരങ്ങൾക്കിടയിൽനിന്നു വന്ന ഒരു വന്യജീവിയാണ് നിന്റെ കുഞ്ഞിനോടൊപ്പം സുന്ദരമായി കളിച്ചുകൊണ്ടിരിക്കുന്നത്."

"അതാരായാലും കൊള്ളാം, അതൊരു അനുഗ്രഹം തന്നെ. തിരക്കു പിടിച്ച ഈ പ്രഭാതത്തിൽ, ആ വന്യജീവി എനിക്ക് വലിയൊരു ഉപകാരം തന്നെയാണ് ചെയ്യുന്നത്."

ആ നിമിഷം, ഉണങ്ങിയ കുതിരത്തുകൽ കൊണ്ടു നിർമ്മിതമായ ഗുഹാകവാടത്തിലെ തിരശ്ശീല ഒരു ശബ്ദത്തോടെ നിലംപതിച്ചു. തിരശ്ശീലയ്ക്ക് പഴയ ഉടമ്പടി ഓർമ്മവന്നതുകൊണ്ടാണ് അങ്ങനെ സംഭവിച്ചത്. തിരശ്ശീല നേരെയാക്കാൻ വന്ന സ്ത്രീ ആ കാഴ്ചകണ്ട് അന്ധാളിച്ചുപോയി: 'പൂച്ച സുഖമായി ഗുഹയ്ക്കുള്ളിൽ ഇരിക്കുന്നു.'

"എന്റെ പ്രിയ ശത്രൂ, ശത്രുവിന്റെ ഭാര്യേ, ശത്രുവിന്റെ അമ്മേ, ഇത് ഞാൻ തന്നെയാണ്. മുമ്പ് നമ്മളുണ്ടാക്കിയ ഉടമ്പടി പ്രകാരം എന്നെ ഒരുതവണ പുകഴ്ത്തിയാൽ എനിക്ക് ഗുഹയ്ക്കുള്ളിൽ എപ്പോൾ വേണമെങ്കിലും കയറിയിരിക്കാം എന്നാണല്ലോ ആദ്യ നിബന്ധന. എങ്കിലും, ഞാനൊരു പൂച്ച തന്നെയാണ്; സ്വന്തം ഇഷ്ടപ്രകാരം എവിടേക്കുവേണമെങ്കിലും സഞ്ചരിക്കാവുന്ന പൂച്ച."

പൂച്ചയുടെ വാക്കുകൾ കേട്ട സ്ത്രീ കോപംകൊണ്ട് പല്ലുകൾ ഞെരിച്ചു. ചർക്കയിൽ നൂൽനൂറ്റുകൊണ്ടിരുന്നത് അതോടെ നിലച്ചു. പൂച്ച പോയതോടെ കുഞ്ഞ് വീണ്ടും കരയാൻ തുടങ്ങി. സ്ത്രീ എന്തു ചെയ്യണമെന്നറിയാതെ ആശങ്കയോടെ നിന്നു.

"എന്റെ പ്രിയ ശത്രൂ, ശത്രുവിന്റെ ഭാര്യേ, ശത്രുവിന്റെ അമ്മേ, നിങ്ങളുടെ ചർക്കയിലെ നൂലുണ്ട കുഞ്ഞിനടുത്തേക്ക് ഇട്ടുകൊടുക്കൂ. അത്

തിരിയുകയും മറിയുകയും ചെയ്യുന്നത് കണ്ടാൽ കുഞ്ഞ് കരച്ചിൽ നിർത്തി, ചിരിക്കാൻ തുടങ്ങും."

"ഞാനങ്ങനെ ചെയ്തുനോക്കാം; എന്നാൽ ഇക്കാര്യത്തിനുവേണ്ടി ഞാൻ നിനക്ക് നന്ദിപറയുകയൊന്നുമില്ല!"

എന്നു പറഞ്ഞുകൊണ്ട് സ്ത്രീ നൂലുണ്ട തറയിലിട്ടു പൂച്ച അതിനെ മെല്ലെ അങ്ങോട്ടുമിങ്ങോട്ടും തട്ടിക്കളിച്ചു. കുഞ്ഞ് ചിരിക്കുന്നതുവരെ ആ കളികൾ തുടർന്നു. കുഞ്ഞ് പൂച്ചയ്ക്കു പിന്നാലെ ഗുഹയിലാകമാനം കളിച്ചു നടന്നു.

"ഇനി വേണമെങ്കിൽ ഞാനൊരു താരാട്ട് പാടാം. അതുകേട്ടാൽ കുഞ്ഞ് ചുരുങ്ങിയത് ഒരു മണിക്കൂറെങ്കിലും ഉറങ്ങും!"

പൂച്ചയുടെ പാട്ടുകേട്ട് കുഞ്ഞ് അതിവേഗം ഉറങ്ങി. അതുകണ്ട സ്ത്രീ അതീവസന്തുഷ്ടയായി.

"നീയൊരു മിടുക്കൻ തന്നെ, യാതൊരു സംശയവുമില്ല."

തൊട്ടടുത്ത നിമിഷം, നെരിപ്പോടിൽ നിന്നും ഒരു ശബ്ദത്തോടെ ഉയർന്നുവന്ന പുകക്കട്ട ഗുഹയുടെ മേൽത്തട്ടിലിടിച്ചുനിന്നു. ഉടമ്പടിയിലെ രണ്ടാമത്തെ നിബന്ധന ഓർമ്മിപ്പിക്കുന്നതിനു വേണ്ടിയായിരുന്നു അത്. അതോടെ പൂച്ച നെരിപ്പോടിനടുത്തും സുരക്ഷിതമായി ഇരിക്കാൻ തുടങ്ങി.

"എന്റെ പ്രിയ ശത്രൂ, ശത്രുവിന്റെ ഭാര്യേ, ശത്രുവിന്റെ അമ്മേ, ഇത് ഞാൻ തന്നെ. രണ്ടാം തവണ എന്ന പുകഴ്ത്തിയതോടെ എനിക്ക് നെരിപ്പോടിനടുത്തുവരെ ഇരിക്കാമെന്നായി. എങ്കിലും ഞാനൊരു പൂച്ച; തോന്നിയ ഇടത്തുകൂടെ നടക്കുന്ന പൂച്ച."

സ്ത്രീയുടെ ദേഷ്യം ഇരട്ടിച്ചതേയുള്ളൂ. തീക്കുണ്ഠത്തിലേക്ക് കൂടുതൽ മരക്കഷണങ്ങൾ തള്ളിയിട്ടുകൊണ്ട് സ്ത്രീ ഒരു ഉറച്ച തീരുമാനമെടുത്തു. ഇനി ഈ പൂച്ചയെ പുകഴ്ത്തരുത്. അതിനുവേണ്ടി എന്തെങ്കിലുമൊരു മാന്ത്രികവിദ്യ ചെയ്യണമെന്നുറപ്പിച്ച സ്ത്രീ ആട്ടിറച്ചിയിൽ നിന്നുള്ള തോളെല്ല് പറിച്ചെടുത്തു. അതേസമയം, മാന്ത്രികവിദ്യയുടെ ഭാഗമെന്നു തോന്നിപ്പിക്കുന്ന മട്ടിൽ ചെറിയൊരു ചുണ്ടെലി ഗുഹയ്ക്കുള്ളിലെ തറയിൽ ഓടിക്കളിക്കാൻ തുടങ്ങി.

"അല്ലയോ പ്രിയ ശത്രൂ, ശത്രുവിന്റെ ഭാര്യേ, ശത്രുവിന്റെ അമ്മേ, ഇവിടെ ഓടിക്കളിക്കുന്ന ചുണ്ടെലി നിന്റെ ചെപ്പടിവിദ്യയുടെ ഭാഗമാണോ?"

"അയ്യേ, ഛെ! ഒരിക്കലുമല്ല!"

എന്നു പറഞ്ഞുകൊണ്ട് ഭയപരവശയായ സ്ത്രീ നെരിപ്പോടിനടുത്തും അകലെയുമായി ചാടിക്കളിച്ചു. ഭയന്നുപോയ സ്ത്രീയുടെ സ്ത്രീയുടെ മുടിക്കെട്ട് അതിനിടയിൽ അഴിഞ്ഞുവീഴുകയും ചെയ്തു.

“ഞാനീ ചുണ്ടെലിയെ കഴിക്കുന്നതുകൊണ്ട് എന്തെങ്കിലും കുഴപ്പമുണ്ടോ?”

പൂച്ചയുടെ ചോദ്യം കേൾക്കേണ്ട താമസം സ്ത്രീയുടെ മറുപടിയെത്തി.

“ഒരു കുഴപ്പവുമില്ല. കഴിയുന്നതും വേഗത്തിൽ നീയതിനെ കഴിക്കുക. ഞാൻ നിന്നോട് ടപ്പെട്ടവളായിരിക്കും!”

ഒറ്റച്ചാട്ടത്തിന് പൂച്ച ചുണ്ടെലിയെ പിടികൂടി.

“ഒരു നൂറുനന്ദി. എന്റെ ആദ്യ സ്നേഹിതനുപോലും ഇത്രവേഗത്തിൽ ചുണ്ടെലിയെ പിടിക്കാനാവില്ല. നീയൊരു സമർത്ഥൻ തന്നെ!”

ആ നിമിഷം നെരിപ്പോടിനടുത്തുണ്ടായിരുന്ന പാൽക്കുടം രണ്ടു കഷണമായി. മൂന്നാമത്തെ ഉടമ്പടി പാൽക്കുടം ഓർത്തെടുത്തതുകൊണ്ടായിരുന്നു അങ്ങനെ സംഭവിച്ചത്. പൊട്ടിയ പാൽക്കുടത്തിന്റെ കഷണങ്ങളിൽ നിന്ന് അതിൽ അവശേഷിച്ച പാൽ പൂച്ച നുണയാൻ തുടങ്ങി.

“എന്റെ പ്രിയ ശത്രൂ, ശത്രുവിന്റെ ഭാര്യേ, ശത്രുവിന്റെ അമ്മേ, ഇത് ഞാൻ തന്നെ. മൂന്നാം തവണയും എന്നെ പുകഴ്ത്തിയതോടെ എനിക്ക് ദിവസേന മൂന്നുതവണ ഇളംചൂടുള്ള വെളുത്തപാല് കുടിക്കാനുള്ള അർഹതയായി. എങ്കിലും ഞാനൊരു പൂച്ചയാണ്; എല്ലായിടവും ഒരുപോലെ സഞ്ചരിക്കുന്ന പൂച്ചയാണ് എന്നുകൂടി അറിയുക.”

സ്ത്രീ ചിരിച്ചുകൊണ്ട് പൂച്ചയുടെ മുന്നിലേക്ക് ഒരു പാൽക്കിണ്ണം നീക്കിവച്ചു. എന്നിട്ട് പറഞ്ഞു:

“നീ മനുഷ്യരെപ്പോലെ ബുദ്ധിയുള്ളവനാണ്. എങ്കിലും ഒരുകാര്യം ഓർത്താൽ നന്ന്; ഞാനിക്കാര്യം പുരുഷനോടോ നായയോടോ പറഞ്ഞിട്ടില്ല. അവരിതറിയുമ്പോൾ എന്തുണ്ടാകുമെന്നും എനിക്കറിയില്ല.”

“അതുകൊണ്ട് എനിക്കെന്താ? ഈ ഗുഹയിൽ കിടക്കാൻ എനിക്കൊരിടവും, നെരിപ്പോടിനടുത്ത് വന്നുപോകാനും, ദിവസം മൂന്നുനേരം പാലുകുടിക്കാനുള്ള അവസരവുമുണ്ടെങ്കിൽ, പുരുഷനും നായയും എന്തു ചെയ്യുമെന്നതിനെ ഞാനത്ര കാര്യമാക്കുന്നില്ല.”

അന്നു വൈകിട്ട് പുരുഷനും നായയും ഗുഹയിലെത്തിയപ്പോൾ സ്ത്രീ സകല സംഭവങ്ങളും ഉടമ്പടിയും അവരെ ധരിപ്പിച്ചു. പൂച്ച അപ്പോഴും നെരിപ്പോടിനടുത്ത് എല്ലാം കേട്ട് ചിരിച്ചുകൊണ്ട് അലസമായി കിടക്കുകയായിരുന്നു. സ്ത്രീ പറഞ്ഞു കഴിഞ്ഞപ്പോൾ പുരുഷൻ പൂച്ചയുടെ നേർക്ക് തിരിഞ്ഞു.

“നമുക്കിടയിൽ ഇതുവരെ ഉടമ്പടികളൊന്നുമില്ല. എനിക്കുശേഷം വരുന്നവർക്കിടയിലുമില്ല. അതുകൊണ്ട്.........”

പറഞ്ഞു പൂർത്തിയാക്കാതെ പുരുഷൻ തുകലിന്റെ കാലുറകൾ വലിച്ചൂരി, കല്ലുകൊണ്ടുള്ള കോടായി ഉയർത്തിക്കാട്ടി (അതും ചേർത്ത് മൂന്നെണ്ണമായി), അടുത്തുണ്ടായിരുന്ന ഒരു തടിക്കഷണവും ഒരു മഴുവും കൂടി കൈയിലെടുത്തു (അങ്ങനെ അഞ്ചെണ്ണം) എല്ലാം കൂടി നിലത്ത് നിരത്തിവച്ചു. എന്നിട്ട് തുടർന്നു:

“അതുകൊണ്ട്, ഗുഹയ്ക്കുള്ളിൽ ചുണ്ടെലിയെക്കണ്ടാൽ നീ പിടിച്ചില്ലെങ്കിൽ, ഈ അഞ്ച് സാധനങ്ങളിൽ ഏതെങ്കിലുമൊക്കെ കൈയിൽ കിട്ടുന്നത് എടുത്തെറിഞ്ഞ് നിന്റെ പുറംപൊളിക്കും. ഇതാണ് നമുക്കിടയിലുള്ള ഉടമ്പടി. ഇത് എനിക്കുശേഷം വരുന്ന മനുഷ്യർക്കും സ്വീകാര്യമായിരിക്കും.”

“ഹൊ! നീയൊരു സമർത്ഥനായ പൂച്ച തന്നെ. എങ്കിലും എന്റെ പുരുഷന്റെ ബുദ്ധിസാമർത്ഥ്യം നീ കണ്ടോ പൂച്ചേ?”

സ്ത്രീയുടെ വാക്കുകൾ കാര്യമാക്കാതെ പൂച്ച അതീവ സൂക്ഷ്മമായി ആ അഞ്ച് വസ്തുക്കളെയും ചുഴിഞ്ഞുനോക്കുകയായിരുന്നു.

“ഞാൻ ഗുഹയിലുള്ളപ്പോൾ, തീർച്ചയായും ചുണ്ടെലികളെ പിടികൂടുകതന്നെ ചെയ്യും. എങ്കിലും, ഞാനൊരു പൂച്ചയാണ്; ഇഷ്ടമുള്ള ഇടങ്ങളിലൊക്കെ കറങ്ങിനടക്കുന്ന ഒരു പൂച്ച.”

“എന്റെയടുത്ത് അതൊന്നും നടക്കില്ല. അങ്ങനെ നിന്നെ എവിടെയെങ്കിലും വച്ചുകണ്ടാൽ എന്റെ കാലുറകളും കല്ലുകോടാലിയും (മൂന്നു വസ്തുക്കൾ) ഏതുനിമിഷവും നിന്റെ നേർക്കു വന്നു പതിക്കാം. (ഇത് എനിക്കു പിന്നാലെ വരുന്ന മനുഷ്യർക്കും സ്വീകാര്യമായിരിക്കും!”

പിന്നീട് നായയുടെ ഊഴമായിരുന്നു.

“ഒരു നിമിഷം. അവൻ ഞാനുമായും, എനിക്കുശേഷം വരുന്ന നായകളുമായും ഉടമ്പടിയിൽ ഏർപ്പെടേണ്ടതുണ്ട്. നീ കുഞ്ഞുങ്ങളോട് സൗമ്യമായി പെരുമാറിയില്ലെങ്കിൽ, പിടികൂടുന്നതുവരെ ഞാൻ നിന്നെ പായിക്കും. കൈയിൽ കിട്ടിയാൽ നിന്നെ ഞാൻ കടിച്ചുകീറുകയും ചെയ്യും. ഈ ഉടമ്പടി എനിക്കുശേഷം വരുന്ന നായകൾക്കും സ്വീകാര്യമായിരിക്കും.”

“ഹൊ! നീയൊരു മിടുക്കൻ പൂച്ചതന്നെ. എങ്കിലും നായയോളം വരില്ല!”

സ്ത്രീയുടെ വിമർശനം കാര്യമാക്കാതെ നായയുടെ പല്ലുകൾ സൂക്ഷ്മമായി എണ്ണുകയായിരുന്നു പൂച്ച.

“ഞാൻ ഗുഹയിലുള്ളപ്പോൾ കുഞ്ഞുങ്ങളോട് ദയാലുവായിരിക്കും; എന്റെ വാലിനെ കഠിനമായി വേദനിപ്പിക്കുന്നതുവരെ. എങ്കിലും ഞാനൊരു പൂച്ചയാണ്; ഒറ്റയ്ക്ക് അലഞ്ഞുനടക്കാൻ ഇഷ്ടപ്പെടുന്ന ഒരു പൂച്ച.”

“എന്നോട് അത്തരം കളിയൊന്നും വേണ്ടാ. നിന്നെ പുറത്തെവിടെയെങ്കിലും വച്ച് കണ്ടാൽ, ഞാൻ നിന്നെ ഓടിക്കും. ഏതെങ്കിലുമൊരു

മാന്ത്രികച്ചെപ്പ്

മരത്തിൽ കയറി രക്ഷപ്പെടുന്നതുവരെ ഞാൻ നിന്റെ പിന്നാലെ ഉണ്ടാവും. എനിക്കുശേഷം വരുന്ന നായകൾക്കും അത് സ്വീകാര്യമായിരിക്കും."

പ്രിയ സ്നേഹിതാ, അങ്ങനെ അന്നുമുതൽക്കാണ് പൂച്ചയെ പുറത്തെ വിടെയെങ്കിലും വച്ച് കണ്ടാൽ മനുഷ്യൻ കാലുറകളും കൈവശമുള്ള ഏതെങ്കിലും ഉപകരണവും (അങ്ങനെ മൂന്നെണ്ണം) കൊണ്ട് പൂച്ചകളെ എറിയാൻ തുടങ്ങിയത്. നായകൾ പൂച്ചകളെ ഓടിച്ച് മരത്തിന്മേൽ കയറ്റാൻ തുടങ്ങിയതും അന്നുമുതലാണ്. അങ്ങനെയൊക്കെയാണെങ്കിലും പൂച്ചകൾ അവരുടെ വാഗ്ദാനം ഇന്നും പാലിക്കുന്നു. ചുണ്ടെലികളെ കണ്ടാൽ കൊല്ലുന്നു, വീട്ടിൽ ചെറിയ കൂട്ടുകളുണ്ടെങ്കിൽ അവരെ രസിപ്പിക്കുന്നു; വാലിൽ ശക്തിയായി പിടിച്ചുവലിക്കുന്നതുവരെ! എങ്കിലും ചന്ദ്രനുദിച്ചുകഴിഞ്ഞാൽ, പൂച്ചകൾ ഇഷ്ടമുള്ള ഇടത്തേക്കുള്ള സഞ്ചാരം തുടങ്ങും. പ്രത്യേക താളത്തിൽ വാലും ചുഴറ്റിക്കൊണ്ട് നനഞ്ഞ മരക്കൂട്ടങ്ങൾക്കിടയിലും, നനഞ്ഞ മരച്ചില്ലകളിലും, നനഞ്ഞ മേൽക്കൂരകളിലും പൂച്ചകൾ അലഞ്ഞുകൊണ്ടിരിക്കും. ∎

ഇത്തിൾപ്പന്നി ഉണ്ടായ കഥ

മുള്ളൻപന്നിയോടും ആമയോടും രൂപസാദൃശ്യമുള്ള ഇത്തിൾപ്പന്നി ഉണ്ടായ കഥയാണ് ഇനി പറയുന്നത്.

പണ്ടുപണ്ട്, കലങ്ങിമറിഞ്ഞൊഴുകുന്ന ആമസോൺ നദിക്കരയിൽ മുള്ളുംകൊള്ളിയായ ഒരു മുള്ളൻപന്നിയും, തൂങ്ങിത്താങ്ങിയായ ഒരു ആമയും ജീവിച്ചിരുന്നു. ഒച്ചുകളും അതുപോലുള്ള കൊച്ചുജീവികളുമായിരുന്നു മുള്ളൻപന്നിയുടെ ആഹാരം. ചീരയും അതുപോലെയുള്ള പച്ചിലകളുമായിരുന്നു ആമയുടെ ഇഷ്ടവിഭവങ്ങൾ.

അതേസമയം, ആമസോൺ നദിക്കരയിൽ തന്നെ ചായം തേച്ച ഒരു പുള്ളിപ്പുലിയും ഉണ്ടായിരുന്നു. കൈയിൽ കിട്ടുന്നതെന്തും വാരിവലിച്ച് തിന്നുന്ന പ്രകൃതക്കാരനായിരുന്നു അവൻ. മാനിനെയോ കുരങ്ങിനെയോ കിട്ടാതെ വരുമ്പോൾ തവളയെയോ പുൽച്ചാടിയെയോ തിന്ന് അവൻ വിശപ്പടക്കി. എന്നാൽ, തവളയെയോ പുൽച്ചാടിയെയോ പോലും കിട്ടാതെ വന്ന ഒരുദിവസം അവൻ നിരാശനായി തള്ളപ്പുലിയുടെ അടുത്തേക്ക് തന്നെ മടങ്ങി. അത്തരം അവസരങ്ങളിൽ മുള്ളൻപന്നിയെയും ആമയെയും എങ്ങനെ ആഹാരമാക്കാമെന്ന് അന്വേഷിക്കുകയായിരുന്നു അവന്റെ ലക്ഷ്യം.

“മോനേ, നീ പിടികൂടുന്നത് മുള്ളൻപന്നിയെ ആണെങ്കിൽ, പന്തുപോലെ ചുരുണ്ടുകൂടുന്ന അതിനെ നിവർത്താൻ എത്രയും വേഗം വെള്ളത്തിലിടുക; നിവർന്നാലുടനെ ഭക്ഷിക്കാം. ഇനി, കൈയിൽ തടയുന്നത് ആമയെ ആണെങ്കിൽ വേഗം അതിന്റെ പുറന്തോടിനുള്ളിലെ ശരീരം കണ്ടെത്തി, കൈകൊണ്ട് വലിച്ച് പുറത്തിടുക; ശാപ്പിടുക!”

തള്ളപ്പുലി താളാത്മകമായി വാല് ചലിപ്പിച്ചുകൊണ്ട് മകനെ ഉപദേശിച്ചു.

ഒരു ദിവസം രാത്രി ആമസോൺ നദിക്കരയിൽ വീണുകിടന്ന വലിയൊരു മരത്തിനും താഴെ, മുള്ളുംകൊള്ളിയായ മുള്ളൻപന്നിയും താങ്ങി

ത്തൂങ്ങിയായ ആമയും ഇരിക്കുന്നത് ചായം തേച്ച പുള്ളിപ്പുലി കണ്ടു. വേട്ടക്കാരനെ ഇരകളും കണ്ടെങ്കിലും അവർക്ക് ഓടിയൊളിക്കാൻ കഴിഞ്ഞില്ല. മുള്ളൻപന്നിയായതുകൊണ്ടുതന്നെ, മുള്ളൻപന്നി പന്തുപോലെ ചുരുണ്ടു. ആമയായതുകൊണ്ടുതന്നെ, ആമ തലയും കൈകാലുകളും ഉള്ളിലേക്ക് വലിച്ചു.

അത് അങ്ങനെതന്നെ ആയിരിക്കുമല്ലോ, അല്ലേ സ്നേഹിതാ?

"ഒരു നിമിഷം; എനിക്കൊരു സംശയം! അതായത്..... അമ്മ എന്നോട് പറഞ്ഞിരിക്കുന്നത്... മുള്ളൻപന്നിയെ ആണ് പിടികൂടുന്നതെങ്കിൽ, പന്തു പോലെ ചുരുളുന്ന അതിനെ നിവർത്താൻ എത്രയും വേഗം വെള്ളത്തിലിടണമെന്നും; ആമയെ ആണ് പിടിക്കുന്നതെങ്കിൽ, വേഗം അതിന്റെ പുറന്തോടിനുള്ളിൽ നിന്ന് ശരീരം കണ്ടെത്തി കൈകൊണ്ട് വലിച്ചു പുറത്തിടണമെന്നുമാണ്..... അതുകൊണ്ട് നിങ്ങളിലാരാണ് മുള്ളൻപന്നി യെന്നും ആരാണ് ആമയെന്നും വേഗമൊന്നു പറഞ്ഞുതരണം!"

പുള്ളിപ്പുലിയുടെ സംശയം കേട്ടതോടെ മുള്ളൻപന്നിക്ക് ശ്വാസം നേരെവീണു.

"ശരിക്കും നിന്റെ അമ്മ അങ്ങനെ തന്നെയാണോ പറഞ്ഞത്? ഒരു പക്ഷേ, എനിക്കു തോന്നുന്നത്.... ആമയെ പിടികൂടിയാൽ എത്രയും വേഗം വെള്ളത്തിലിടണമെന്നും; മുള്ളൻപന്നിയെ കിട്ടിയാലുടനെ കൈകൊണ്ട് അതിന്റെ ദേഹം മാന്തിപ്പൊളിക്കണമെന്നുമായിരിക്കാം തള്ളപ്പുലി പറഞ്ഞിട്ടുണ്ടാവുകയെന്നാണ്!"

മുള്ളുംകൊള്ളി മുള്ളൻപന്നി ഭാവഭേദം കൂടാതെ പറഞ്ഞു.

"ശരിക്കും നിന്റെ അമ്മ അങ്ങനെ തന്നെയാണ് പറഞ്ഞതെന്ന് നിനക്കുറപ്പുണ്ടോ? ഒരുപക്ഷേ, എനിക്കു തോന്നുന്നത്.... മുള്ളൻപന്നിയെ പിടികൂടിയാലുടൻ വെള്ളം നനയ്ക്കുംമുമ്പ് കൈകളിലേക്കിടണമെന്നും; ആമയെ പിടിച്ചാലുടനെ അതിന്റെ ചുരുൾ നിവരുംവരെ വെള്ളത്തിലിടണം എന്നുമായിരിക്കാം തള്ളപ്പുലി ഉദ്ദേശിച്ചത് എന്നാണ്!"

ആമയുടെ വാക്കുകൾ കൂടി കേട്ടതോടെ പുള്ളിപ്പുലി കൂടുതൽ ആശയക്കുഴപ്പത്തിലായി.

"അത് അങ്ങനെ തന്നെയാണെന്ന് എനിക്ക് തോന്നുന്നില്ല. എങ്കിലും, ആരെങ്കിലുമൊന്ന് കൃത്യമായി പറഞ്ഞുതന്നാൽ നന്നായിരുന്നു."

"മുള്ളൻപന്നിയെ പിടിച്ചാൽ ഓർത്തിരിക്കേണ്ട ഏറ്റവും പ്രധാനപ്പെട്ട കാര്യം, അതിന്റെ ചുരുൾ നിവരുന്നതുവരെ നിന്റെ കൈയിൽ വെള്ള മൊഴിച്ചുകൊണ്ടിരിക്കുക!"

മുള്ളൻപന്നി പറഞ്ഞവസാനിപ്പിക്കും മുമ്പ് ആമ പറഞ്ഞുതുടങ്ങി:

".....എന്നാൽ, ആമയെ പിടിച്ചാൽ, അതിന്റെ മാംസം വലിച്ചെടുക്കാൻ നിന്റെ കൈയിലെ ഒരു തുണ്ട് ഇറച്ചി മുന്നിൽ കാട്ടണം. മനസ്സിലായോ?"

"നിങ്ങളെന്റെ പുള്ളികളെപ്പോലും വേദനിപ്പിക്കുന്നു. എനിക്ക് നിങ്ങളുടെ ഉപദേശമൊന്നും വേണ്ടാ. പകരം നിങ്ങളിലാരാണ് മുള്ളൻപന്നി, ആരാണ് ആമ എന്നുമാത്രം പറഞ്ഞാൽ മതി!"

ചായം തേച്ച പുള്ളിപ്പുലിയുടെ വാക്കുകൾ കേട്ടതോടെ ആദ്യം പ്രതികരിച്ചത് മുള്ളൻപന്നിയായിരുന്നു.

"ഞാൻ പറയാം, പക്ഷേ, എന്റെ പുറന്തോടിൽ നിന്ന് നിനക്ക് തോന്നിയതുപോലെ മാംസം വലിച്ചെടുക്കണം; കഴിയുമോ?"

"ആഹാ! ഇപ്പോഴെനിക്ക് ബോധ്യമായി, നീയാണ് ആമയെന്ന്. നീയെന്താ കരുതിയത്, എനിക്കു നിന്നെ ഒരിക്കലും മനസ്സിലാകില്ലെന്നോ?"

അതിനോടകം തന്നെ ചുരുളാൻ തുടങ്ങിയ മുള്ളുംകൊള്ളി മുള്ളൻപന്നിയെ ഉള്ളംകൈയിലാക്കാൻ പുള്ളിപ്പുലി ആവതും ശ്രമിച്ചുനോക്കി. നിനച്ചിരിക്കാത്ത നേരത്ത് ഉള്ളംകൈയിൽ തുളച്ചുകയറിയ മുള്ളുകൾ കൊണ്ട് പുള്ളിപ്പുലിയുടെ കണ്ണ് തള്ളിയതുമാത്രം മിച്ചം. അതിനിടയിൽ മുള്ളൻപന്നി, വീണുകിടന്ന തടിയുടെ മറപറ്റി തൊട്ടടുത്തുള്ള പൊന്തയുടെ ഇരുട്ടിലേക്ക് ഉരുണ്ടുരുണ്ടു നീങ്ങി. കൈവെള്ളയിൽ തറച്ച മുള്ളുകളുടെ വേദനയാൽ മുഖത്തേക്ക് കൈ കൊണ്ടുപോയത് സംഗതികളെ കൂടുതൽ വഷളാക്കി; കുറേ മുള്ളുകൾ മുഖത്തും തറച്ചു. എങ്കിലും ഒരു വിധം സംസാരിക്കാമെന്നായതോടെ, മുള്ളു തറയ്ക്കാത്ത കൈകൊണ്ട് തലചൊറിഞ്ഞ് സംസാരിച്ചു തുടങ്ങി.

"ഇപ്പോഴെനിക്കറിയാം, ഇവിടെ നിന്ന് കടന്നുകളഞ്ഞവനല്ല ശരിക്കുള്ള ആമയെന്ന്. പക്ഷേ, അവശേഷിക്കുന്നവൻ ആമയാണെന്ന് എങ്ങനെ ഉറപ്പിക്കും?"

"ശരിക്കും ഞാൻ തന്നെയാണ് ആമ! നിന്റെ അമ്മ പറഞ്ഞതാണ് ശരി. അതുകൊണ്ട്.... എന്റെ പുറന്തോടിനുള്ളിലെ ശരീരം നിന്റെ കൈകൊണ്ട് വലിച്ചു പുറത്തിടാൻ തുടങ്ങിക്കോളൂ..."

താങ്ങിത്തൂങ്ങിയായ ആമ നിസ്സംഗതയോടെ പറഞ്ഞു.

"ഹേയ്, ഒരു മിനിട്ട് മുമ്പ് നീ അങ്ങനെയല്ലല്ലോ പറഞ്ഞത്. നീയെന്നോട് വേറെന്തോ കാര്യമാണല്ലോ പറഞ്ഞത്!"

കൈപ്പത്തിയിൽ തറഞ്ഞിരിക്കുന്ന മുള്ളുകളോരോന്നായി കടിച്ചെടുക്കുന്നതിനിടയിൽ പുള്ളിപ്പുലി പറഞ്ഞു.

"നീ പറഞ്ഞുവരുന്നത്.... ഞാൻ മുമ്പ് പറഞ്ഞതിനെ ഞാൻ തന്നെ മാറ്റിപ്പറയുന്നുവെന്നാണല്ലോ. എനിക്കെന്തോ, അങ്ങനെ തോന്നുന്നില്ല. എന്നാൽ നീയൊരു കാര്യം മനസ്സിലാക്കേണ്ടത്, നിന്റെ അമ്മ പറഞ്ഞ കാര്യം തന്നെയാണ് ഞാനും നിന്നോട് പറഞ്ഞത്. അതായത്, വേഗം

89

പുറന്തോടിനുള്ളിൽ നിന്ന് ശരീരം കണ്ടെത്തി പുറത്തേക്ക് വലിക്കണമെന്ന്. അക്കാര്യത്തിൽ ഞാനെങ്ങനെയാണ് നിന്നെ സഹായിക്കുന്നത്?"

ആമയുടെ വാക്കുകൾ പുള്ളിപ്പുലിയുടെ സംശയം വർദ്ധിപ്പിച്ചതേയുള്ളൂ.

"പക്ഷേ, നീ നേരത്തെ പറഞ്ഞത് നിന്റെ പുറന്തോടിനുള്ളിലെ ശരീരം വലിച്ചു പുറത്തിടണമെന്നായിരുന്നോ?"

മനസ്സിന്റെ കുഴമറിച്ചിൽ പൂർണ്ണമായും വ്യക്തമാകുന്ന തരത്തിലുള്ള വാക്കുകളായിരുന്നു പുള്ളിപ്പുലിയുടേത്.

"ഞാനങ്ങനെയൊന്നും പറഞ്ഞിട്ടേയില്ല. നീ വീണ്ടും അതു തന്നെ ചിന്തിച്ചുകൊണ്ടിരുന്നാൽ ഞാനെന്തു ചെയ്യും? നിന്റെ അമ്മ പറഞ്ഞതു പോലെ ചെയ്താൽ നിനക്ക് കൊള്ളാം."

"ശരിക്കും അങ്ങനെയൊക്കെ ചെയ്യാൻ കഴിയുമോ എനിക്ക്?"

പുള്ളിപ്പുലിയുടെ സന്ദേഹങ്ങൾ ആകാംക്ഷയ്ക്ക് വഴിമാറി.

"ആ, എനിക്കറിയില്ല. ഞാനിതേവരെ പുറന്തോടിന് വെളിയിലേക്ക് ശരീരം മുഴുവൻ ഇറക്കി വച്ചിട്ടില്ല. പിന്നൊരു കാര്യം, ഞാൻ നീന്തുന്നത് കാണണമെങ്കിൽ എന്നെ വെള്ളത്തിലേക്ക് എടുത്തിട്ടാൽ മതി."

"ഞാനിത് വിശ്വസിക്കുകയില്ല. നീ എന്തൊക്കെയോ കൂട്ടിക്കുഴച്ച് പറഞ്ഞ് എന്നെ പറ്റിക്കാൻ നോക്കുകയാണ്. അമ്മ എന്നോട് അങ്ങനെയൊന്നും പറഞ്ഞിട്ടില്ല. ഹൊ! ഇതുവല്ലാത്ത കഷ്ടം തന്നെ. എനിക്കിപ്പോൾ തലയും വാലും പോലും തിരിച്ചറിയാതായിരിക്കുന്നു. നീ വീണ്ടുമെന്നെ ചുറ്റിച്ചിരിക്കുന്നു. അമ്മ പറഞ്ഞത് നിങ്ങളിലൊരാളെ വെള്ളത്തിലിടണമെന്നാണ്. അത്... ആരാണെന്ന്.... എനിക്കിപ്പോൾ മനസ്സിലായി. വെള്ളത്തിൽ വീഴുന്നതിനെക്കുറിച്ച് സദാസമയവും സംസാരിക്കുകയും ആകുലപ്പെടുകയും ചെയ്യുന്നത് നീയാണ്. അതുകൊണ്ട്, നീ വേഗം കലങ്ങിമറിഞ്ഞൊഴുകുന്ന ആമസോണിലേക്ക് എടുത്തുചാടൂ, ഞാനൊന്നു നോക്കട്ടെ, എന്താണ് സംഭവിക്കുന്നതെന്ന്!"

"ഞാൻ വീണ്ടുമാവർത്തിക്കുന്നു, നിന്റെ അമ്മയ്ക്ക് ഇതൊന്നും ഇഷ്ടപ്പെടില്ല. ഞാനിതൊക്കെ പറഞ്ഞില്ലാന്ന് പിന്നീട് പരാതി പറയരുത്."

"അമ്മ പറഞ്ഞുവെന്ന പേരിൽ ഒരക്ഷരംപോലും ഇനി നീ മിണ്ടിപ്പോകരുത് –"

പുള്ളിപ്പുലി ആ വാചകം പൂർത്തിയാക്കും മുമ്പ്, കഴിയുന്നത്ര വേഗത്തിൽ ആമ കലങ്ങിമറിഞ്ഞൊഴുകുന്ന ആമസോൺ നദിയിലേക്ക് എടുത്തുചാടി. വെള്ളത്തിനടിയിലൂടെ നീന്തി മറുകരയിൽ ചെന്നെത്തി. അവിടെ മുള്ളുംകൊള്ളി മുള്ളൻപന്നി അവനെ കാത്തിരിക്കുന്നുണ്ടായിരുന്നു.

"ഹൊ! കഷ്ടിച്ച് രക്ഷപ്പെട്ടു! എനിക്കാ ജന്തുവിനെ - ചായം പൂശിയ പുള്ളിപ്പുലിയെ - തീരെ പിടിച്ചില്ല. നീ അവനോട് എന്തു പറഞ്ഞാണ് രക്ഷപ്പെട്ടത്?"

മുള്ളൻപന്നിയുടെ ചോദ്യം കേട്ട ആമ ചിരിച്ചു.

"ഞാൻ ഉള്ളത് ഉള്ളപോലെ പറഞ്ഞു. സത്യമായും ഞാനൊരു ആമയാണെന്നു പറഞ്ഞു. പക്ഷേ, അവനത് വിശ്വസിച്ചില്ല. ഞാനാരാണെന്നറിയാൻ എന്നോട് വെള്ളത്തിലേക്ക് ചാടാനാവശ്യപ്പെട്ടു; ഞാൻ ചാടി, ഇപ്പോഴവൻ അമ്മയോട് ആവലാതി പറയാൻ പോയിരിക്കുകയാണ്. ശ്രദ്ധിച്ചാൽ അവന്റെ ശബ്ദം കേൾക്കാം."

ചായം തേച്ച പുള്ളിപ്പുലി മരങ്ങൾക്കും പൊന്തകൾക്കുമിടയിലൂടെ മോങ്ങിക്കൊണ്ട് നടക്കുന്നത് അവർക്ക് കേൾക്കാമായിരുന്നു. അമ്മയെ കാണുന്നതുവരെ ആമസോണിന്റെ കരയിൽ അവൻ അലഞ്ഞുനടക്കുകയായിരുന്നു.

"മോനേ, നീയെന്തൊക്കെയാ ഇവിടെ കാട്ടിക്കൂട്ടിയത്?"

തള്ളപ്പുലി താളാത്മകമായി വാല് ചലിപ്പിച്ചുകൊണ്ട് മകനോട് ചോദിച്ചു.

"ഏതോ ഒരു ജീവിയെ പുറന്തോടിനുള്ളിൽ നിന്ന് വലിച്ചു പുറത്തിടാൻ ശ്രമിച്ചതാണ്, പക്ഷേ എന്റെ കൈവെള്ള നിറയെ മുള്ളുതറച്ചു."

മടിച്ചുമടിച്ചാണ് പുള്ളിപ്പുലി അത്രയും പറഞ്ഞത്.

"നീയെന്താ മോനേ ഈ കാണിച്ചത്, അതൊരു മുള്ളൻപന്നിയായിരിക്കണം. അതുകൊണ്ടാണ് നിന്റെ കൈ ഈവിധമായത്. നീയതിനെ ഉടൻതന്നെ വെള്ളത്തിലിടണമായിരുന്നു."

തള്ളപ്പുലി താളാത്മകമായി വാല് ചലിപ്പിച്ചുകൊണ്ടിരുന്നു.

"ഞാൻ വെള്ളത്തിലിട്ടത് വേറൊരു ജീവിയെ ആയിരുന്നു. ആമയാണെന്നാണ് ആ ജന്തു എന്നോടു പറഞ്ഞത്. എനിക്കതത്ര വിശ്വാസം തോന്നിയില്ല. പക്ഷേ, അവൻ പറഞ്ഞത് ശരിയായിരുന്നെന്ന് പിന്നീട് മനസ്സിലായി. ആമസോണിന്റെ കുത്തൊഴുക്കിലേക്ക് എടുത്തുചാടിയ അവൻ ഇതേവരെ തിരികെ വന്നില്ല. ചുരുക്കത്തിൽ, ഇന്നേദിവസം എനിക്ക് ആഹാരമൊന്നും കിട്ടിയില്ല. വേറെ എവിടെയെങ്കിലും പോയി ഇരതേടുന്നതാണ് നമുക്ക് നല്ലതെന്നു തോന്നുന്നു."

മകന്റെ കുറ്റസമ്മതം കേട്ട് തള്ളപ്പുലിക്ക് ദേഷ്യം വന്നു.

"മുമ്പൊരിക്കൽ ഞാൻ നിന്നോട് പറഞ്ഞത് ഓർമ്മയുണ്ടോ നിനക്ക്? മുള്ളൻപന്നി പന്തുപോലെ ചുരുളും; മാത്രമല്ല, എല്ലായിടത്തേക്കുമായി മുള്ളുകൾ തെറിപ്പിക്കുകയും ചെയ്യും. അങ്ങനെയാണ് നമ്മൾ മുള്ളൻപന്നിയെ തിരിച്ചറിയുന്നത്. മനസ്സിലായോ?"

"ആ കിഴവി പറയുന്നതൊന്നും എനിക്കത്ര പിടിക്കുന്നില്ല. എങ്കിലും അവർക്കിതൊക്കെ എങ്ങനെ അറിയാമെന്നാണ് എന്റെ അതിശയം!"

ഒരു വലിയ ഇലയുടെ നിഴലിൽ ഒളിച്ചിരിക്കുകയായിരുന്നു മുള്ളൻ പന്നി അദ്ഭുതപ്പെട്ടു.

"ആമയ്ക്ക് ഒരിക്കലും ചുരുളാൻ കഴിയില്ല. അതിന്, തലയും കാലുകളും പുറന്തോടിനുള്ളിലേക്ക് വലിക്കാനേ കഴിയൂ. അങ്ങനെയാണ് നമ്മൾ ആമയെ തിരിച്ചറിയുന്നത്. കേട്ടോ?"

"ശരിയാണ്. എനിക്കും ആ കിഴവിയെ അത്ര ഇഷ്ടപ്പെടുന്നില്ല. ചായം തേച്ച പുള്ളിപ്പുലി പോലും മറന്നുപോയ നിർദ്ദേശങ്ങൾ ഇവരെങ്ങനെ ഇത്ര കൃത്യമായി ഓർത്തിരിക്കുന്നു. പിന്നെ, മുള്ളുംകൊള്ളീ, നിനക്ക് നീന്താനറിയാത്തത് വലിയ കഷ്ടം തന്നെ!" ആമയുടെ വാക്കുകൾ മുള്ളൻപന്നിയെ ചൊടിപ്പിച്ചു.

"അത്രയ്ക്കൊന്നും കേമത്തം പറയണ്ടാ. നിനക്ക് എന്നെപ്പോലെ ചുരുളാൻ കഴിയില്ലല്ലോ, ഏതായാലും സംഗതികളാകെ താറുമാറായി കിടക്കുകയാണ്. ചായം തേച്ച പുള്ളിപ്പുലി പറയുന്നത് നീയൊന്ന് ശ്രദ്ധിച്ചുകേൾക്ക്........"

ആമസോൺ നദിക്കരയിലിരുന്ന് മുള്ളുതറച്ച കൈകളെ നോക്കി മനഃപാഠം ഉരുവിടും പോലെ പുള്ളിപ്പുലി താളത്തിൽ പാടിക്കൊണ്ടിരുന്നു:

"ചുരുളാതെ നീന്തുന്ന തൂങ്ങിത്താങ്ങി!

നീന്താതെ ചുരുളുന്ന മുള്ളുംകൊള്ളി!"

"അടുത്ത ഞായറാഴ്ച വരെ അവനാ ഈരടി മറക്കുന്ന കോളില്ല. ഞാനേതായാലും നീന്തൽ പഠിക്കാൻ തീരുമാനിച്ചു. അതേ ഇനി രക്ഷയുള്ളൂ. ഭാവിയിൽ അത് പ്രയോജനപ്പെടും."

മുള്ളൻപന്നി ആമയെ നോക്കി പറഞ്ഞു.

"അതേതായാലും നന്നായി!"

ആമ മുള്ളൻപന്നിയെ അഭിനന്ദിച്ചു. കലങ്ങിമറിയുന്ന ആമസോണിന്റെ കുത്തൊഴുക്കിലേക്കിറങ്ങിയ മുള്ളൻപന്നിയുടെ താടി വെള്ളത്തിന്മീതേ ഉയർത്തിപ്പിടിക്കാൻ സഹായിച്ചത് ആമയായിരുന്നു.

"കുറേക്കൂടി നന്നാവാനുണ്ട്. സാരമില്ല, നിരന്തരം പരിശീലിച്ചാൽ നിനക്ക് നല്ലൊരു നീന്തൽക്കാരനാകാം. പിന്നെ, നീയൊരു ഉപകാരം എനിക്കുവേണ്ടി ചെയ്യണം. എന്റെ മുതുകിന്റെ പിന്നിലുള്ള പുറന്തോടിന്റെ രണ്ടുമൂന്ന് പാളികൾ ചെറുതായൊന്ന് വിടർത്താമെങ്കിൽ എനിക്കും നിന്നെപ്പോലെ ചുരുളാൻ സാധിക്കുമെന്നു തോന്നുന്നു. ഭാവിയിൽ അത് പ്രയോജനപ്പെടും."

പുറന്തോടിന്റെ രണ്ടുമൂന്ന് പാളികൾ മുള്ളുംകൊള്ളി വിടർത്തി ക്കൊടുത്തതോടെ ആമ ആയാസപ്പെട്ട് വളയാനും ചുരുളാനും തുടങ്ങി. ആദ്യശ്രമത്തിൽ തന്നെ തീരെ ചെറിയ ഒരു മാറ്റം കണ്ടുതുടങ്ങി.

"അടിപൊളി! ഇത്രവേഗം നിനക്കൊരു മാറ്റമുണ്ടാകുമെന്ന് ഞാൻ തീരെ പ്രതീക്ഷിച്ചില്ല എന്നാലും, നിന്റെ മുഖത്തൊരു കരുവാളിപ്പുണ്ട്. പിന്നൊരു കാര്യം, എനിക്കിങ്ങനെ കളിച്ചുകൊണ്ട് നിൽക്കാൻ നേരമില്ല; നീയും കൂടി നദിയിലേക്കൊന്ന് ഇറങ്ങിവന്നേ, എനിക്കാ ചരിഞ്ഞുള്ള നീന്തൽ നന്നായൊന്നു അഭ്യസിക്കണം. അതാണ് കൂടുതൽ എളുപ്പ മെന്നു തോന്നുന്നു."

മുള്ളൻപന്നി പരിശീലനത്തിനിറങ്ങിയതോടെ, ആമയും ഒപ്പം കൂടി.

"കിടിലൻ! ഒരല്പം കൂടി ശ്രമിച്ചാൽ നിനക്കൊരു തിമിംഗിലത്തിനെ പ്പോലെ നീന്താൻ കഴിയും. ഇതുകഴിഞ്ഞിട്ട് എന്റെ മുതുകിലുള്ള രണ്ടു മൂന്ന് പുറംപാളികൾ കൂടി ഇളക്കിത്തരണം. നീ പറഞ്ഞതു പോലുള്ള ഒരു ചുരുളൽ ഞാനും നടത്തുന്നുണ്ട്. നമുക്കാ ചായം തേച്ച പുള്ളി പ്പുലിയെ ഒരിക്കൽക്കൂടി വിറപ്പിക്കണം!"

ആമയുടെ വാക്കുകൾ കേട്ട മുള്ളൻപന്നി കലങ്ങിമറിഞ്ഞ ആമ സോൺ നദിയിൽ നിന്ന് കയറിവന്നു.

"അത് കലക്കി! ഇനി മുതൽ നീയും എന്റെ കുടുംബാംഗമാണെന്ന് ഞാനിതാ പ്രഖ്യാപിക്കുന്നു. അങ്ങനെ തന്നെയല്ലേ നിനക്കും? എങ്കിലും, സന്തോഷംകൊണ്ട് കൂടുതൽ ശബ്ദമെടുക്കണ്ടാ. ആ പുള്ളിപ്പുലി യെങ്ങാനും കേട്ടാലോ? നിന്റെ പരിശീലനം കഴിയട്ടെ, എനിക്കാ മുങ്ങാ ങ്കുഴിയിടുന്നത് കൂടി പഠിക്കാനുണ്ട്. പുള്ളിപ്പുലിക്കിട്ട് ഒരു 'പണി' കൊടു ക്കണമെന്നു വിചാരിക്കാൻ തുടങ്ങിയിട്ട് കാലം കുറെയായി!"

മുള്ളൻപന്നിയെ മുങ്ങാങ്കുഴിയിടുന്നത് പഠിപ്പിക്കാൻ ആമയും ഒപ്പം ചാടി.

"തകർപ്പൻ! ഒരല്പം കൂടി ശ്വാസം പിടിച്ചിരിക്കാനുള്ള കഴിവ് നിനക്കു ണ്ടായിരുന്നെങ്കിൽ, കലങ്ങിമറിഞ്ഞൊഴുകുന്ന ആമസോണിന്റെ അടി ത്തട്ടിൽ നിനക്ക് കൂടുംകെട്ടി സുഖമായി താമസിക്കാമായിരുന്നു. ഇനി, നീ നേരത്തെ പരിശീലിപ്പിച്ചതുപോലെ പിൻകാലുകളും കൂടി ചുരുട്ടി ചെവിയിൽ മുട്ടിച്ചാൽ ഏതാണ്ട് പന്തുപോലെ ചുരുണ്ടുകൂടിയിരിക്കാമാ യിരുന്നു. എന്നിട്ടു വേണം ആ പുള്ളിപ്പുലിയെ ഒന്നു ഞെട്ടിക്കാൻ!"

"അത് കിടുക്കി മച്ചാനേ! പക്ഷേ, നിന്റെ മുതുകിലെ പുറംപാളി കളെല്ലാം നിരതെറ്റി അലങ്കോലമായിക്കഴിഞ്ഞു. അതിപ്പോൾ ഒന്നിനു മീതെ മറ്റൊന്ന് എന്ന കണക്കിലായിട്ടുണ്ട്, കേട്ടോ."

"ഓ, അതൊന്നും സാരമില്ല. ഒരല്പം വ്യായാമവും പരിശീലനവും കൂടിപ്പോയാൽ അങ്ങനെയൊക്കെ സംഭവിച്ചെന്നിരിക്കും. അതുപോലെ

നിന്റെ മുള്ളുകൾ, നനവുകൊണ്ടാകണം, പറ്റിച്ചേർന്നിരിക്കാൻ തുടങ്ങിയിരിക്കുന്നു. നിന്നെയിപ്പോൾ കാണാൻ പൈൻ മരത്തിന്റെ ഉണങ്ങിയ കൂമ്പു പോലെയുണ്ട്!"

"ശരിക്കും ഞാനിപ്പോൾ അങ്ങനെയായോ? ങാ, സദാസമയവും വെള്ളത്തിൽക്കിടന്നാൽപ്പിന്നെ അങ്ങനെയല്ലേ സംഭവിക്കൂ! ഏതായാലും, എനിക്കാ പുള്ളിപ്പുലിയെ ഒന്നു ഞെട്ടിക്കണം. അത്രേയുള്ളൂ ആഗ്രഹം."

പരസ്പരം സഹായിച്ചുകൊണ്ടുള്ള പരിശീലനം പിറ്റേന്ന് രാവിലെ വരെ അവർ തുടർന്നു. സൂര്യോദയമായപ്പോഴേക്കും വളരെയധികം തളർന്നുപോയിരുന്നെങ്കിലും കഴിഞ്ഞദിവസം വരെ കണ്ടതിൽ നിന്ന് വളരെയേറെ വ്യത്യസ്തരായിരുന്നു രണ്ടുപേരും. ചായം തേച്ച പുള്ളിപ്പുലിയെ കണ്ടെത്തുകയെന്നതായിരുന്നു പിന്നീടുള്ള അവരുടെ ശ്രമം.

ആമയും മുള്ളൻപന്നിയും പുള്ളിപ്പുലിയെ കണ്ടുമുട്ടുമ്പോൾ, തലേന്ന് രാത്രി മുള്ളു തറച്ച കൈവെള്ളയെ ശുശ്രൂഷിക്കുകയായിരുന്നു അവൻ.

"സുപ്രഭാതം! എന്തൊക്കെയുണ്ട് വിശേഷങ്ങൾ, നിന്റെ അമ്മയ്ക്ക് സുഖം തന്നെയല്ലേ?"

മുള്ളൻപന്നി കുശലാന്വേഷണങ്ങൾക്ക് തുടക്കം കുറിച്ചു.

"അമ്മ സുഖമായിരിക്കുന്നു. പിന്നെ, ഇന്നലെ പരിചയപ്പെട്ടെങ്കിലും നിങ്ങളുടെ പേരുകൾ കൃത്യമായി എന്റെ ഓർമ്മയിലില്ല. എന്നോട് പൊറുക്കണം!"

"കഴിഞ്ഞ ദിവസം കാര്യങ്ങളൊക്കെ നീ ഞങ്ങളോട് വിശദമായി ചോദിച്ചറിഞ്ഞതാണല്ലോ, എന്നിട്ടെന്തുപറ്റി? ഒരു ദിവസം കൊണ്ട് മറക്കാൻ മാത്രം എന്തുണ്ടായി? അമ്മ നിന്നോട് പറഞ്ഞതെങ്കിലും ഓർമ്മയിലുണ്ടാകുമല്ലോ?"

മുള്ളൻപന്നിയുടെ ചോദ്യങ്ങളേറ്റ് തളർന്നുപോയ പുള്ളിപ്പുലി അമ്മ പഠിപ്പിച്ച ഈരടി ഓർത്തെടുത്തു.

"ചുരുളാതെ നീന്തുന്ന തൂങ്ങിത്താങ്ങി!

നീന്താതെ ചുരുളുന്ന മുള്ളുംകൊള്ളി!"

പുള്ളുപ്പുലി പറഞ്ഞുതീരും മുമ്പ് മുള്ളൻപന്നിയും ആമയും ഒരുപോലെ നിലത്തു കിടന്നുരുണ്ടുരുണ്ടുരുണ്ട്..... ചുരുളാൻ തുടങ്ങി. വണ്ടിച്ചക്രങ്ങളുടെ ഉരുൾച്ചയായിരുന്നു അന്നേരം പുള്ളിപ്പുലിയുടെ തലയിൽ മിന്നിമറഞ്ഞുകൊണ്ടിരുന്നത്.

അവൻ വേഗം അമ്മയുടെ അടുത്തേക്ക് ഓടിപ്പോയി.

"അമ്മേ, മരക്കൂട്ടത്തിനിടയിൽ പുതിയ രണ്ട് ജന്തുക്കൾ വന്നിരിക്കുന്നു. നീന്താനറിയില്ലെന്ന് അമ്മ പറഞ്ഞ മൃഗം നീന്തുന്നു; ചുരുളാ

നറിയില്ലെന്ന് അമ്മ പറഞ്ഞ മഗം ചുരുളുന്നു. ഒറ്റനോട്ടത്തിൽ ആമയുടെയും മുള്ളൻപന്നിയുടെയും രൂപസാദൃശ്യമുണ്ടെങ്കിലും അവയുടെ പെരുമാറ്റം അങ്ങനെയല്ല. എനിക്കെന്തോ പന്തികേട് തോന്നുന്നു."

മകന്റെ പരാതികേട്ട തള്ളപ്പുലി താളാത്മകമായി വാല് ചലിപ്പിച്ചുകൊണ്ട് പറഞ്ഞു:

"മോനേ, ഞാൻ നിന്നോട് പലയാവർത്തി പറഞ്ഞിട്ടുണ്ട്, മുള്ളൻപന്നിയെന്നു പറയുന്നത് മുള്ളൻപന്നി മാത്രമാണ്. അല്ലാതെ അതിന് മറ്റൊന്നുമാകാൻ കഴിയില്ല. ആമയെന്നു പറയുന്നത് ആമ മാത്രമാണ്. അല്ലാതെ അതിന് മറ്റൊന്നാവാൻ കഴിയില്ല."

"പക്ഷേ, ഞാൻ കണ്ടത് ആമയുമല്ല, മുള്ളൻപന്നിയുമല്ല. രണ്ടുംകൂടി ച്ചേർന്ന ഏതോ മൃഗമാണ്. എനിക്കതിന്റെ പേരറിയില്ല."

മണ്ടത്തരം പറയാതെ! എല്ലാ മൃഗങ്ങൾക്കും കൃത്യമായ പേരുകളുണ്ടായിരിക്കും. ശരിക്കുള്ള പേര് കണ്ടെത്തും വരെ നമുക്കതിനെ 'ഇത്തിൾപ്പന്നി'യെന്നു വിളിക്കാം. ങാ, എന്നാലിനി അതിനെയങ്ങ് വെറുതെ വിട്ടേക്ക്!"

തള്ളപ്പുലി പറഞ്ഞത് ചായം തേച്ച പുള്ളിപ്പുലി അക്ഷരംപ്രതി അനുസരിച്ചു. അങ്ങനെയാണ് കലങ്ങിമറിഞ്ഞൊഴുകുന്ന ആമസോണിന്റെ തീരത്തുള്ള മുള്ളുംകൊള്ളിയും താങ്ങിത്തൂങ്ങിയും 'ഇത്തിൾപ്പന്നി'യായി മാറിയത്. മറ്റിടങ്ങളിലൊക്കെ മുള്ളൻപന്നികളും ആമകളും ഒരുപാടുണ്ട് (എന്റെ ഉദ്യാനത്തിൽപ്പോലും ചിലതിനെ കണ്ടിട്ടുണ്ട്). എങ്കിലും ആമസോൺ തീരത്തുള്ള മുള്ളുംകൊള്ളിക്കും താങ്ങിത്തൂങ്ങിക്കും ഉണ്ടായിരുന്ന ബുദ്ധിസാമർത്ഥ്യം മറ്റാർക്കുമില്ല. അങ്ങനെ, അന്നു മുതൽ ഇത്തിൾപ്പന്നിയെ ലോകമെമ്പാടുമുള്ള എല്ലാവരും ഇത്തിൾപ്പന്നിയെന്നു തന്നെ വിളിക്കാനും തുടങ്ങി.

■

കങ്കാരുവിന്റെ പിൻകാലുകൾ നീണ്ടുപോയ കഥ

ഇന്നു നമ്മൾ കാണുന്നതുപോലെ നീണ്ട പിൻകാലുകളും ചെറിയ മുൻകാലുകളുമായിരുന്നില്ല കങ്കാരുവിന്. അതിന്റെ നാലുകാലുകളും ഒരു പോലെ ചെറുതു തന്നെയായിരുന്നു. ചാരനിറവും രോമക്കുപ്പായവും അവനെ കൂടുതൽ അഹങ്കാരിയാക്കിയ കാലമായിരുന്നു അത്. അതു കൊണ്ടുതന്നെ ആസ്ട്രേലിയൻ ഭൂഖണ്ഡത്തിനു നെടുകെയും കുറു കെയും അവൻ ആടിപ്പാടി നടന്നു.

ഒരു ദിവസം പുലർച്ചെ ആറുമണിക്ക്, പ്രാതലിനു മുമ്പ്, കങ്കാരു വിചിത്രമായൊരു ആവശ്യവുമായി ചെറിയ ദൈവംതമ്പുരാനായ ക്വായെ സമീപിച്ചു:

“ഇന്നു വൈകിട്ട് അഞ്ചുമണിക്കുമുമ്പ്, എന്നെ മറ്റു മൃഗങ്ങളിൽ നിന്ന് വ്യത്യസ്തനാക്കാൻ തിരുവുള്ളമുണ്ടാകണം!”

“കടന്നുപൊയ്ക്കോ എന്റെ മുമ്പിൽ നിന്ന്!”

മണൽപ്പരപ്പിലെ ഇരിപ്പിടത്തിൽ നിന്ന് ചാടിയെഴുന്നേറ്റ ക്വായുടെ അലർച്ച കേട്ട കങ്കാരു നിരാശനായി ഇറങ്ങി നടന്നു. ചെന്നുകയറിയത് ഇടത്തരം ദൈവംതമ്പുരാനായ ക്വിങിന്റെ അരികിലാണ്. കങ്കാരു അവിടെ യെത്തിയപ്പോഴേക്കും എട്ടുമണിയായിരുന്നു.

“ഇന്നു വൈകിട്ട് അഞ്ചുമണിക്കുമുമ്പ്, മറ്റു മൃഗങ്ങൾക്ക് മതിപ്പ് തോന്നുന്ന വിധത്തിൽ എന്നെ മാറ്റിയെടുക്കാൻ തിരുവുള്ളമുണ്ടാകണം!”

“എന്റെ മുമ്പിൽ കണ്ടുപോകരുത്!”

ആഗമനോദ്ദേശ്യം അറിഞ്ഞതോടെ, കലിതുള്ളിക്കൊണ്ട് മാളത്തിന് പുറത്തേക്കിറങ്ങിവന്ന ക്വിങ്, കങ്കാരുവിനെ അവിടെ നിന്ന് ആട്ടിപ്പായിച്ചു.

ഇനി അവിടെ നിന്നിട്ട് രക്ഷയില്ലെന്ന് മനസ്സിലാക്കിയ കങ്കാരു നേരെ പോയത് വലിയ ദൈവംതമ്പുരാനായ ക്വോങിന്റെ അടുത്തേക്കാണ്. ഏതാണ്ട് പത്തുമണിയായപ്പോഴേക്കും അവൻ പതിവ് പ്രാർത്ഥനയുമായി ക്വോങിന്റെ അടുത്തെത്തി.

“ഇന്നു വൈകുന്നേരം അഞ്ചുമണിക്കുമുമ്പ്, മറ്റെല്ലാ മൃഗങ്ങൾക്കും എന്നോടൊപ്പം കുതിക്കാൻ തോന്നും മട്ടിലുള്ള ഒരു മാറ്റം എനിക്കുണ്ടാകാൻ തിരുവുള്ളമുണ്ടാകണം!”

ഉപ്പളത്തിലെ സ്നാനം പാതിവഴിയിലുപേക്ഷിച്ച് ചാടിയെഴുന്നേറ്റ ക്വോങിന്റെ വാക്കുകൾ കങ്കാരുവിനെ ശരിക്കും ഞെട്ടിച്ചുകളഞ്ഞു:

“ശരി, എന്നാൽ അങ്ങനെയാവട്ടെ!”

കങ്കാരുവിന് വാക്കുകൊടുത്തതിനുശേഷം ക്വോങ് ആദ്യമന്വേഷിച്ചത് ഡിങ്കോയെയായിരുന്നു. വലിയ ദൈവംതമ്പുരാനായ ക്വോങിന്റെ വളർത്തുനായയാണ് ഡിങ്കോ. നേരംപുലരുമ്പോൾ തന്നെ വിശപ്പു തുടങ്ങുന്ന, മഞ്ഞനിറമുള്ള നായയായിരുന്നു ഡിങ്കോ. ക്വോങ് ഡിങ്കോയെ വിളിച്ചു:

“എഴുന്നേൽക്ക് ഡിങ്കോ, എഴുന്നേൽക്ക്! ചാരക്കുഴിയിൽ നിന്ന് നൃത്തം ചെയ്യുന്നതുപോലെ നിന്നു കുണുങ്ങുന്ന ആ മാന്യനെ നീ കണ്ടോ? മറ്റുള്ള മൃഗങ്ങൾക്ക് മതിപ്പ് തോന്നും മട്ടിൽ, ഒപ്പം കുതിക്കാൻ കഴിയുന്ന വിധത്തിൽ, ശരിക്കും അയാളെ മാറ്റിയെടുക്കണം. നീ പോയി അതൊന്ന് ചെയ്തുകൊടുക്ക്!”

ക്വോങിന്റെ വാക്കുകൾ കേട്ടതോടെ ഡിങ്കോ ചാടിയെഴുന്നേറ്റു:

“എന്താ പറഞ്ഞത്, കുഴിമുയലിനെപ്പോലെ പതുങ്ങിനിൽക്കുന്ന അയാളെ ഞാൻ മാറ്റിയെടുക്കണമെന്നോ?”

ചോദ്യത്തിനു പിന്നാലെ ഡിങ്കോ കങ്കാരുവിന് നേരെ ചാടി. ഡിങ്കോയുടെ അപ്രതീക്ഷിതനീക്കം കങ്കാരുവിനെ ഞെട്ടിച്ചു. അവൻ എങ്ങോട്ടെന്നില്ലാതെ ഓടാൻ തുടങ്ങി. ചെറിയ കാലുകളായതിനാൽ മുയൽക്കുഞ്ഞിനെപ്പോലെയായിരുന്നു കങ്കാരുവിന്റെ ഓട്ടം.

പ്രിയപ്പെട്ട ചങ്ങാതീ, ഈ കഥയുടെ ഒന്നാംഭാഗം അങ്ങനെ അവസാനിച്ചു.

മരുഭൂമിയിലൂടെയും, മലയിടുക്കിലൂടെയും, ഉപ്പളങ്ങളിലൂടെയും, മുളങ്കാടുകൾക്കിടയിലൂടെയും, കാട്ടിലൂടെയും, മേട്ടിലൂടെയും, മുൻകാലുകൾ തളരുന്നതുവരെ കങ്കാരു ഓടിക്കൊണ്ടേയിരുന്നു.

ഡിങ്കോ അവനു പിന്നിൽത്തന്നെ ഉണ്ടായിരുന്നു. ഒരിക്കലും കങ്കാരുവിന്റെ തൊട്ടടുത്തോ, ഒരുപാടകലെയോ ആകാതെ, എലിക്കെണിയിലകപ്പെട്ട എലിയെ ഓടിച്ച് രസിക്കുന്നതുപോലെ, ഡിങ്കോ കങ്കാരുവിന് പിന്നാലെ ഓടിക്കൊണ്ടേയിരുന്നു.

അവൻ ഓടിക്കൊണ്ടേയിരുന്നു!

നീളൻ പുല്ലുകൾക്കിടയിലൂടെയും, കുറിയ പുല്ലുകൾക്കിടയിലൂടെയും, കുറ്റിച്ചെടികൾക്കിടയിലൂടെയും, വൃക്ഷത്തലപ്പുകളുടെ മറ

പറ്റിയും, ഉത്തരായനരേഖയിലൂടെയും, ദക്ഷിണായനരേഖയിലൂടെയും, പിൻകാലുകൾ തളരുന്നതുവരെ കങ്കാരും ഓടിക്കൊണ്ടേയിരുന്നു!

അവൻ ഓടിക്കൊണ്ടേയിരുന്നു!

അന്നേരവും ഡിങ്കോ അവനു പിന്നിൽത്തന്നെ ഉണ്ടായിരുന്നു. ഒരിക്കലും കങ്കാരുവിന്റെ തൊട്ടടുത്തോ, ഒരുപാടകലെയോ ആകാതെ, കുതിരയുടെ തോൽപ്പട്ടയിലിരുന്ന് കുലുങ്ങിക്കുലുങ്ങി യാത്രചെയ്യുന്നതുപോലെ, ഡിങ്കോ കങ്കാരുവിന് പിന്നാലെ ഓടിക്കൊണ്ടേയിരുന്നു.

ഒടുവിൽ, അവർ വോൾഗോംഗ് നദിക്കരയിലെത്തി. നദിമുറിച്ചുകടക്കാൻ പാലമോ കടത്തുവഞ്ചിയോ ഉണ്ടായിരുന്നില്ല. കങ്കാരു എന്തു ചെയ്യണമെന്നറിയാതെ നിന്നു കുഴങ്ങി. ഗത്യന്തരമില്ലാതെ പിൻകാലിൽ എഴുന്നേറ്റ് നിന്ന് ചാടാൻ കങ്കാരു തീരുമാനിച്ചു.

അവൻ അങ്ങനെ ചെയ്തു!

അവൻ വെള്ളത്തിന് മീതെ ചാടി; അവൻ തീക്കനലിന് മീതെ ചാടി; അവൻ ആസ്ട്രേലിയയിലെ മരുഭൂമിക്ക് മീതെ ചാടി; അവൻ ആസ്ട്രേലിയയിലെ വനഭൂമിക്ക് മീതെ ചാടി; ശരിക്കും അവനൊരു കങ്കാരുവിനെപ്പോലെ ചാടി!

ആദ്യമവൻ ഒരുവാര ദൂരം ചാടി; പിന്നീടവൻ മൂന്നുവാര ചാടി; അതിനുശേഷം അവൻ അഞ്ചുവാര ദൂരം ചാടിക്കടന്നു. അവന്റെ കാലുകൾക്ക് കൂടുതൽ കരുത്തുണ്ടായി; അവന്റെ കാലുകൾക്ക് കൂടുതൽ നീളമുണ്ടായി. എങ്കിലും അവന് വിശ്രമിക്കാൻ ഒരു നിമിഷം പോലും ഇടവേള കിട്ടിയില്ല. കാരണം, ഡിങ്കോ അപ്പോഴും അവനുപിന്നാലെ ഉണ്ടായിരുന്നു. അതുകൊണ്ടുതന്നെ അവൻ ചാടിക്കൊണ്ടേയിരുന്നു.

അവൻ ചീവീടിനെപ്പോലെ ചാടി; ചൂടായ സോസ്പാനിൽ പയർമണികൾ തുള്ളുന്നതുപോലെ ചാടി; നഴ്സറി ക്ലാസ്സിന്റെ നിലത്ത് റബ്ബർപന്ത് വീണു കുതിക്കുന്നതുപോലെ ചാടി.

അവൻ ചാടിക്കൊണ്ടേയിരുന്നു!

പിന്നാലെ ഓടിക്കൊണ്ടിരുന്ന ഡിങ്കോ പരിക്ഷീണിതനായി. വിശപ്പ് കലശലായതോടെ, ലോകാന്ത്യംവരെ കങ്കാരു ചാടിയോടിക്കൊണ്ടേയിരിക്കുമോയെന്ന് ഡിങ്കോ പരിഭ്രമിച്ചു. കങ്കാരുവിന്റെ മുന്നോട്ടുള്ള കുതിപ്പ് തടയുന്നതെങ്ങനെയെന്നറിയാതെ ഡിങ്കോ വലഞ്ഞു.

അങ്ങനെയിരിക്കെ, ഉപ്പളത്തിൽ നിന്ന് സ്നാനം കഴിഞ്ഞ് കയറിവന്ന ക്വോങ് പറഞ്ഞു:

“അഞ്ചുമണിയായി.”

വിശ്രമമില്ലാതെയുള്ള ഓട്ടവും, അസഹനീയമായ വിശപ്പുംകൊണ്ട് ഡിങ്കോ പരിക്ഷീണിതനായി. പുറത്തേക്ക് നീണ്ടുതൂങ്ങിയ നാവിൽനിന്ന്

ഉമിനീര് ഒഴുകിക്കൊണ്ടിരിക്കുന്നതിനിടയിലും, അവൻ ദയനീയമായി മോങ്ങി.

"ഹൊ, രക്ഷപ്പെട്ടു! എല്ലാം അവസാനിച്ചെന്നു തോന്നുന്നു!"

വാലും കുത്തിയിരുന്ന് കിതപ്പുമാറ്റുന്നതിനിടയിൽ കങ്കാരും സ്വയം ആശ്വസിക്കാൻ സമയം കണ്ടെത്തി.

"ശരിക്കും നീ കടപ്പെട്ടിരിക്കുന്നത് മഞ്ഞപ്പട്ടിയായ ഡിങ്കോയോടാണ്. ചെയ്തുതന്ന ഉപകാരങ്ങൾക്ക് ഡിങ്കോയോട് നന്ദി പറഞ്ഞുകൂടേ, നിനക്ക്?"

തികച്ചും മാന്യനായ വലിയ ദൈവംതമ്പുരാൻ ക്വോങ് കങ്കാരുവിനോട് ചോദിച്ചു.

"അവനെന്നെ ഓടിച്ച ഓട്ടം ഞാനെന്റെ കുട്ടിക്കാലത്തുപോലും ഓടിയിട്ടില്ല. എന്തെങ്കിലും കഴിക്കാനോ കുടിക്കാനോ പോലും അവസരം കിട്ടാതെപോയി. ഇനിയൊരിക്കലും തിരികെ കിട്ടാൻ കഴിയാത്ത വിധം എന്റെ രൂപം തന്നെ അവൻ മാറ്റിക്കളഞ്ഞു. എന്തൊക്കെയൊ അവനെന്നോട് ചെയ്തതെന്നറിയുമോ?"

കങ്കാരുവിന്റെ ക്ഷീണിതശബ്ദം വല്ലവിധേനയും പറഞ്ഞൊപ്പിച്ചു.

"ഒരുപക്ഷേ, എനിക്ക് തെറ്റുപറ്റിയതാവാം. എങ്കിലും നീയാണ് എന്നോടാവശ്യപ്പെട്ടത്; മറ്റെല്ലാ മൃഗങ്ങൾക്കും മതിപ്പ് തോന്നും വിധത്തിൽ, ഒപ്പം കുതിക്കാൻ കഴിയും മട്ടിൽ മാറ്റിയെടുക്കണമെന്ന്. നീയിപ്പോൾ ശരിക്കും ആളാകെ മാറിയിരിക്കുന്നു. എന്നു മാത്രമല്ല, ക്വോങ് കങ്കാരുവിന്റെ നേരെ നോക്കി.

"ശരിയാണ്. ഞാനാഗ്രഹിച്ചതുതന്നെ എനിക്ക് സംഭവിച്ചിരിക്കുന്നു. പക്ഷേ, ഞാൻ കരുതിയത് അങ്ങ് എന്തെങ്കിലും മാസ്മരിക വിദ്യയോ മന്ത്രോച്ചാരണമോ കൊണ്ട് ഞൊടിയിടയിൽ അത് സാധ്യമാക്കുമെന്നായിരുന്നു. ഇതുപോലൊരു പ്രായോഗിക ഫലിതത്തെക്കുറിച്ച് ഞാനാലോചിച്ചിട്ടേയില്ല!"

"എന്ത് ഫലിതം? ഞാനൊന്നു ചൂളമടിച്ചാൽ മാത്രം മതി, ഡിങ്കോ നിന്നെ വീണ്ടും ഓടിക്കാനും, പിൻകാലുകൾ പഴയതുപോലെയാകാനും. എന്താ, ഒരിക്കൽക്കൂടി പാഞ്ഞുനോക്കുന്നോ?"

ക്വോങിന്റെ ചോദ്യം കേട്ടതോടെ കങ്കാരുവിന്റെ ചങ്കിടിപ്പ് കൂടി.

"ഇല്ല. ഞാൻ ക്ഷമ ചോദിക്കുന്നു. കാലുകൾ ഏതായാലും കാലുകൾ തന്നെയാണല്ലോ. ഇനിയിപ്പോൾ.... മാറ്റം വരുത്താനൊന്നും തിരക്കുകൂട്ടണ്ടാ. ഞാൻ പറഞ്ഞുവന്നതെന്താണെന്ന് വച്ചാൽ..... ഇന്നു രാവിലെ മുതൽ ആഹാരമൊന്നും കഴിച്ചിട്ടില്ല; വയറ് കാലിയാണ്."

"ശരിയാണ്. എന്റെ അവസ്ഥയും അങ്ങനെതന്നെ. മറ്റു മൃഗങ്ങളിൽ നിന്ന് കങ്കാരുവിനെ വ്യത്യസ്തനാക്കി. എന്നിട്ടെന്തുകാര്യം, എനിക്കൊരു ചായക്കടിപോലും ഒത്തുകിട്ടിയില്ല."

ഡിങ്കോയുടെ പരിഭവം കേട്ടതോടെ ഉപ്പളത്തിലേക്ക് സ്നാനത്തിനു പുറപ്പെട്ട ക്വോങ് തിരിഞ്ഞുനിന്നു.

'ഒരു കാര്യം ചെയ്യ്, പോയിട്ട് നാളെ വരൂ....! ഇന്നിപ്പോൾ ഞാൻ കുളിക്കാൻ പോവുകയാണ്."

ക്വോങിന്റെ വാക്കുകൾ കേട്ടതോടെ വയസ്സൻ കങ്കാരുവും മഞ്ഞ പ്പട്ടിയായ ഡിങ്കോയും ആസ്ട്രേലിയൻ ഭൂഖണ്ഡത്തിന് നടുവിൽ പകച്ചു നിന്നുകൊണ്ട് പരസ്പരം പഴിചാരി.

"എല്ലാം നിന്റെ തെറ്റാണ്!" ∎

ശലഭത്തിന്റെ ഒരു കാൽ ഉയർന്നിരിക്കുന്നതിന്റെ കഥ

പ്രിയ സ്നേഹിതാ,

ഇതുവരെ പറഞ്ഞതിൽ നിന്ന് തികച്ചും വ്യത്യസ്തമായൊരു കഥ യാണ് ഇനി പറയുന്നത്. ദാവീദ് രാജാവിന്റെ മകനും, സർവാദരണീയ ബുദ്ധിമാനുമായ സോലമൻ അഥവാ സുലൈമാൻ ബിൻ ദാവൂദിനെ ക്കുറിച്ചുള്ള കഥയാണിത്.

സുലൈമാൻ ബിൻ ദാവൂദിനെക്കുറിച്ച് ഇതുവരെ പറഞ്ഞു കേട്ടിട്ടുള്ള മുന്നൂറ്റി അമ്പത്തിയഞ്ച് കഥകളിൽ ഉൾപ്പെടാത്ത ഒരു കഥയാണിത്. വണ്ണാത്തിപ്പുള്ള് വെള്ളം കണ്ടെത്തിയ കഥയോ, വീപ്പച്ചുറ്റിന്റെ നിഴലി ലിരുന്ന് സുലൈമാൻ ബിൻ ദാവൂദ് സൂര്യതാപത്തെ അതിജീവിച്ച കഥയോ അല്ല ഇത്. ചില്ലുകൽപ്പടവുകളെക്കുറിച്ചോ, വളഞ്ഞ തുളയുള്ള മാണിക്യത്തെക്കുറിച്ചോ, ബാൽക്കിസിന്റെ സ്വർണക്കട്ടിയെക്കുറിച്ചോ ഉള്ള കഥയുമല്ല ഇത്.

പിന്നെയോ, ശലഭങ്ങൾ എല്ലായ്പ്പോഴും ഏതെങ്കിലുമൊരു മുൻ കാൽ ഉയർത്തിയിരിക്കുന്നത് കണ്ടിട്ടില്ലേ? അതിനെക്കുറിച്ചുള്ള കഥ യാണ് പറയാൻ പോകുന്നത്. അതുകൊണ്ട് എല്ലാവരും ശ്രദ്ധിച്ച് കേട്ടോളൂ!

അതീവബുദ്ധിമാനായിരുന്നു സുലൈമാൻ ബിൻ ദാവൂദ്. മൃഗ ങ്ങളും, പക്ഷികളും, മത്സ്യങ്ങളും, പ്രാണികളും പറയുന്നത് അയാൾക്ക് മനസ്സിലാക്കാൻ കഴിയുമായിരുന്നു. ഭൂമിയുടെ ആഴങ്ങളിലുള്ള കല്ലുകൾ പറയുന്നത് കേൾക്കാൻ അയാൾ നിലത്ത് ചെവിയോർത്ത് കിടക്കും; പ്രഭാതത്തിലെ മരങ്ങളുടെ സംസാരം കേൾക്കാൻ അതി രാവിലെ അയാൾ കാതോർത്ത് പുറത്തിറങ്ങും. ചുരുക്കത്തിൽ, അയാൾക്ക് സകലതും മനസ്സിലാകുമായിരുന്നു. ലോകത്തിലെ ഏറ്റവും സുന്ദരി യായ രാജ്ഞിയായിരുന്നു ബാൽകിസ്. മഹാറാണിയായ അവളും സുലൈമാൻ ബിൻ ദാവൂദിനെപ്പോലെ ബുദ്ധിമതിയായിരുന്നു.

അതീവശക്തനായിരുന്നു സുലൈമാൻ ബിൻ ദാവൂദ്. വലതുകൈ യിലെ മോതിരവിരലിൽ കിടക്കുന്ന മോതിരത്തിൽ ഒരു തവണ തിരുമ്മി യാൽ അഫ്രിത്തുകളും ജിന്നുകളും അയാളുടെ ആജ്ഞാനുവർത്തി കളായി ഭൂമിയിലേക്ക് വന്നെത്തുമായിരുന്നു; രണ്ടുതവണ മോതിരത്തി ന്മേൽ തിരുമ്മിയാൽ ഗഗനചാരികളായ ഗന്ധർവന്മാരും പറന്നിറങ്ങു മായിരുന്നു; മൂന്നു തവണ മോതിരം തിരുമ്മിയാൽ, പരിചാരകന്റെ വേഷത്തിൽ ഊരിപ്പിടിച്ച വാളുമായി അസ്രായീൽ മാലാഖ ഇറങ്ങിവന്ന് മൂന്നു ലോകങ്ങളിലെയും - ആകാശം, ഭൂമി, പാതാളം - വാർത്തകൾ അറിയിക്കുമായിരുന്നു.

എങ്കിലും സുലൈമാൻ ബിൻ ദാവൂദ് തെല്ലും അഹങ്കരിച്ചില്ല. വിരള മായാണെങ്കിലും എന്തെങ്കിലും വീഴ്ചകളുണ്ടായാൽ അതിന് ക്ഷമാപണം നടത്താനും അയാൾ തയ്യാറായിരുന്നു. ഒരു ദിവസം ലോകത്തിലെ സകല ജന്തുക്കൾക്കും ആഹാരം നൽകാൻ അയാൾ തീരുമാനിച്ചു. ഭക്ഷണം വിളമ്പാൻ തയ്യാറായ നേരത്ത് കടലിന്റെ ആഴങ്ങളിൽ നിന്നു കയറിവന്ന ഒരു ജന്തു മൂന്നു തവണ വായ തുറന്നടച്ചപ്പോഴേക്കും ആഹാരം കഴിഞ്ഞു സുലൈമാൻ ബിൻ ദാവൂദ് അത്ഭുതത്തോടെ ചോദിച്ചു:

"ഏയ്, നീയാരാണ്?"

"രാജാവ് നീണാൾ വാഴട്ടെ! എന്റെ കുടുംബത്തിലെ മുപ്പതിനായിരം സഹോദരന്മാരിൽ ഏറ്റവും ഇളയവനാണ് ഞാൻ. ലോകത്തിലെ സകല ജന്തുക്കളെയും അങ്ങ് ഊട്ടുന്നുണ്ടെന്നറിഞ്ഞ് കടലിന്റെ ആഴങ്ങളിൽ നിന്ന് വന്നതാണ് ഞാൻ. അത്താഴം തയ്യാറാകുന്നത് എപ്പോഴാണെന്ന് അന്വേഷിച്ചുവരാൻ സഹോദരന്മാർ എന്നെ അയച്ചിരിക്കുകയാണ്!"

"ലോകത്തിലെ സകല ജന്തുക്കൾക്കും വേണ്ടി ഞാനൊരുക്കിവച്ച ഭക്ഷണമാണ് നീ ഒറ്റയടിക്ക് അകത്താക്കിയിരിക്കുന്നത്."

"രാജാവ് നീണാൾ വാഴട്ടെ! ഇപ്പോൾ ഞാൻ കഴിച്ചതിനെയാണോ അത്താഴം എന്നതുകൊണ്ടുദ്ദേശിച്ചത്? ഞങ്ങളോരോരുത്തരും പ്രധാന ഭക്ഷണങ്ങളുടെ ഇടവേളകളിൽ ഇതിന്റെ ഇരട്ടിഭക്ഷണം കഴിക്കാറുണ്ട്."

"എന്റെ അവസ്ഥ എത്രമാത്രം പരിതാപകരമാണെന്ന് എനിക്കിപ്പോൾ ബോധ്യമായി. ഇത്തരമൊരു വീഴ്ച സംഭവിച്ചതിൽ എനിക്ക് ലജ്ജ തോന്നുന്നു. ഇത് എന്നെയൊരു പാഠം പഠിപ്പിച്ചു."

സുലൈമാൻ ബിൻ ദാവൂദിന്റെ ഖേദപ്രകടനം അദ്ദേഹത്തിന്റെ വ്യക്തിത്വത്തിന്റെ കൂടി ഭാഗമാണ്.

ഇനിയാണ് ശരിക്കും കഥ തുടങ്ങുന്നത്.

അതീവ സുന്ദരിയായ ബാൽകിസിനെ കൂടാതെ 999 ഭാര്യമാർകൂടി അയാൾക്കുണ്ടായിരുന്നു. ജലധാരകളും ഉദ്യാനങ്ങളുമുള്ള സുവർണ

കൊട്ടാരത്തിലായിരുന്നു അവരുടെ വാസം. വാസ്തവത്തിൽ അയാൾക്ക് അത്രയും ഭാര്യമാരുടെ ആവശ്യമില്ലായിരുന്നു, എങ്കിലും അക്കാലത്ത് രാജാക്കന്മാർക്കിടയിൽ അതൊരു പതിവായിരുന്നു.

ഭാര്യമാരുടെ കൂട്ടത്തിൽ ദുഷ്ടകളുമുണ്ടായിരുന്നു. ദുഷ്ടകളായ ഭാര്യമാർ സൗമ്യമായ ഭാര്യമാരോട് വഴക്കടിക്കുകയും അവരെക്കൂടി വഷളാക്കുകയും ചെയ്തുപോന്നു. എല്ലാവരും കൂടി സുലൈമാൻ ബിൻ ദാവൂദിനോടും വഴക്കടിക്കാൻ തുടങ്ങിയതോടെ അയാൾക്ക് പൊറുതിമുട്ടി. എന്നാൽ ബാൽകിസ് മാത്രം അക്കൂട്ടത്തിൽ ഉണ്ടായിരുന്നില്ല. കാരണം, അവൾക്ക് അയാളോടുണ്ടായിരുന്നത് യഥാർത്ഥസ്നേഹം തന്നെയായിരുന്നു.

ഒരു ഞൊടിയിടയിൽ സുലൈമാൻ ബിൻ ദാവൂദിന് അഫ്രിത്തുകളെയോ ജിന്നുകളെയോ വിളിച്ചുവരുത്തി, ഒരു മാന്ത്രികവിദ്യകൊണ്ട് 999 ഭാര്യമാരെയും മരുഭൂമിയിലെ കോവർകഴുതളായോ, വേട്ടപ്പട്ടികളായോ, മാതളനാരങ്ങയുടെ കുരുക്കളായോ മാറ്റിത്തീർക്കാവുന്ന തേയുള്ളൂ. എങ്കിലും അയാളത് ചെയ്തില്ല. അതുകൊണ്ടുതന്നെ വഴക്കടിക്കുന്നത് അസഹനീയമാകുമ്പോൾ അയാൾ പൂന്തോട്ടത്തിലേക്ക് നടക്കും.

ഒരിക്കൽ, മൂന്നാഴ്ച നീണ്ടുനിന്ന കലഹത്തിനിടയിൽ 999 ഭാര്യമാരും ഒത്തുചേർന്നുള്ള പോര് തന്നെ - മനഃശാന്തി തേടി സുലൈമാൻ ബിൻ ദാവൂദ് പതിവുപോലെ ഉദ്യാനത്തിലെത്തി. അവിടെ, ഓറഞ്ചുമരത്തിനു ചുവട്ടിലായി നിന്ന ബാൽകിസ്, അയാളോട് ദുഃഖകാരണമന്വേഷിച്ചു.

"എന്റെ കണ്ണുകളുടെ വിളക്കായവനേ, ആ മോതിരമൊന്ന് തിരിച്ച്, ഈജിപ്തിലെയും മെസപ്പൊട്ടോമിയയിലെയും പേർഷ്യയിലെയും ചൈനയിലെയും രാജ്ഞിമാരെ അങ്ങയുടെ പ്രഭാവം കാട്ടിക്കൊടുത്തുകൂടേ?"

സുലൈമാൻ ബിൻ ദാവൂദ് നിഷേധാർത്ഥത്തിൽ തലകുലുക്കി.

"അത് പാടില്ല പ്രിയപ്പെട്ടവളേ! കടലിന്റെ ആഴങ്ങളിൽനിന്ന് കയറി വന്ന ജന്തു എന്നെ നാണം കെടുത്തിയ സംഭവം നിനക്ക് ഓർമ്മയില്ലേ. അതുപോലെ ഞാനിപ്പോൾ പേർഷ്യയിലെയും അബിസീനിയയിലെയും ഈജിപ്തിലെയും ചൈനയിലെയും രാജ്ഞിമാരെ അനുസരിപ്പിക്കാൻ എന്തെങ്കിലും കാണിച്ചാൽ, അതിൽപ്പരമൊരു നാണക്കേട് വേറെയുണ്ടോ?"

"പിന്നെന്തു ചെയ്യും പ്രിയപ്പെട്ടവനേ?"

"എന്റെ ഹൃദയഭാജനമേ, ഇതെന്റെ വിധിയാണെന്ന് ഞാൻ സമാധാനിച്ചുകൊള്ളാം. ഈ 999 ഉപദ്രവങ്ങളും ജീവിതകാലം മുഴുവൻ അവരുടെ കലമ്പലുകളുമായി എന്നെ പിന്തുടർന്നുകൊള്ളട്ടെ!"

കുറേനേരം ആലോചനയിൽ മുഴുകിയതിനുശേഷം, സുലൈമാൻ ബിൻ ദാവൂദ് ഉദ്യാനത്തിലെ ലില്ലികളെയും, റോസിനെയും രൂക്ഷഗന്ധമുള്ള ഇഞ്ചിക്കൂട്ടങ്ങളെയും താണ്ടി കർപ്പൂരമരത്തിനു നേർക്ക് നടന്നു. അതൊരു പടുകൂറ്റൻ വൃക്ഷമായിരുന്നു. അതുകൊണ്ടുതന്നെ, സുലൈമാൻ ബിൻ ദാവൂദിന്റെ കർപ്പൂരവൃക്ഷം എന്നായിരുന്നു അത് അറിയപ്പെട്ടതുതന്നെ. എന്നാൽ അന്നേരവും ബാൽകിസ് കർപ്പൂരമരത്തിന്റെ പിന്നിലുള്ള ചുവന്ന ലില്ലികൾക്കും, നിറയെ പുള്ളികളുള്ള മുളങ്കൂട്ടങ്ങൾക്കും ഇടയിൽ മറഞ്ഞുനിൽക്കുകയായിരുന്നു. എങ്കിലും സുലൈമാൻ ബിൻ ദാവൂദിനോടുള്ള അവളുടെ സ്നേഹം അയാൾക്കൊപ്പം തന്നെയുണ്ടായിരുന്നു.

അന്നേരം, രണ്ട് ശലഭങ്ങൾ പരസ്പരം കലഹിച്ചുകൊണ്ട് അവിടേക്ക് പറന്നുവന്നു. അതിലൊരെണ്ണം ഈർഷ്യയോടെ സംസാരിക്കുന്നത് സുലൈമാൻ ബിൻ ദാവൂദ് കേട്ടു.

"ഞാനിത്രയൊക്കെ പറഞ്ഞിട്ടും നിനക്കെന്താ മനസ്സിലാകാത്തതെന്നാ എന്റെ അത്ഭുതം. ഞാനൊന്ന് ആഞ്ഞുചവിട്ടിയാലുണ്ടല്ലോ, സുലൈമാൻ ബിൻ ദാവൂദിന്റെ കൊട്ടാരവും ഈ പൂന്തോട്ടവുമെല്ലാം ഞൊടിയിടയിൽ തവിടുപൊടിയാകും. എന്താ കാണണോ?"

ശലഭത്തിന്റെ അഹങ്കാരം കേട്ടതോടെ, തന്റെ തൊള്ളായിരത്തിതൊണ്ണൂറ്റൊമ്പത് ഭാര്യമാരെയും മറന്ന് സുലൈമാൻ ബിൻ ദാവൂദ് പൊട്ടിച്ചിരിച്ചു; കർപ്പൂരമരം കുലുങ്ങുന്നതുവരെ. അല്പനേരം കഴിഞ്ഞ് അയാൾ ആ ശലഭത്തെ അരികിലേക്ക് വിളിച്ചു. മടിച്ചുമടിച്ചാണെങ്കിലും, ഒടുവിൽ ധൈര്യം സംഭരിച്ച് ശലഭം സുലൈമാൻ ബിൻ ദാവൂദിന്റെ അടുത്തെത്തി. അയാൾ തലകുനിച്ച് ശലഭത്തോട് മന്ത്രിച്ചു:

"ഏയ് ചെറുശലഭമേ, നിന്നെക്കൊണ്ട് ഒരു പുൽക്കൊടിയുടെ നടുവൊടിക്കാൻ പോലും കഴിയില്ലെന്ന് നിനക്ക് നന്നായറിയാം. എന്നിട്ടും നീയെന്തൊക്കെയാണ് ഭാര്യയോട് തട്ടിവിടുന്നത്? എനിക്കുറപ്പുണ്ട് അത് നിന്റെ ഭാര്യതന്നെയാണെന്ന്!"

സുലൈമാൻ ബിൻ ദാവൂദിന്റെ ചോദ്യം കേട്ടതോടെ ശലഭത്തിന്റെ കണ്ണുകൾ ശരത്കാല നക്ഷത്രം പോലെ തിളങ്ങി. അവന്റെ ചിറകുകൾക്ക് ആത്മവിശ്വാസത്തിന്റെ ശക്തിപകർന്നു.

"രാജാവ് നീണാൾ വാഴട്ടെ! അത് എന്റെ ഭാര്യ തന്നെയാണ്. ഈ ഭാര്യമാരെല്ലാം എത്തരക്കാരാണെന്ന് അങ്ങേക്കറിയാമോ? ഇന്നു രാവിലെ മുതൽ ഒരു കാരണവുമില്ലാതെ ഇവളെന്നോട് കലഹിച്ചുകൊണ്ടിരിക്കുകയാണ്."

"ഇങ്ങനെയൊക്കെ പറഞ്ഞാൽ നിന്റെ ഭാര്യ ശാന്തയാകുമെങ്കിൽ അതൊന്നു കേൾക്കട്ടെ!"

സുലൈമാൻ ബിൻ ദാവൂദ് ശലഭത്തോട് പറഞ്ഞു.

അതിനിടയിൽ അവിടേക്ക് പറന്നെത്തിയ ഭാര്യാശലഭം ഇലച്ചാർത്തുകൾക്കിടയിൽ മറഞ്ഞിരുന്നുകൊണ്ട് ശലഭത്തോട് പറഞ്ഞു:

"അയാൾ എല്ലാം കേട്ടു. സുലൈമാൻ ബിൻ ദാവൂദ് എല്ലാം കേട്ടിരിക്കുന്നു."

"ശരിയാണ്. അയാളെല്ലാം കേട്ടു."

"എന്നിട്ടെന്തു പറഞ്ഞു? അയാളെന്തു പറഞ്ഞു?"

"ഓ, ഞാനയാളെ കുറ്റപ്പെടുത്തിയില്ല; അയാളൊരു പാവം! കൊട്ടാരം തകർക്കരുതെന്ന് അയാളപേക്ഷിച്ചു. പോരാത്തതിന്, ഉദ്യാനത്തിലെ ഓറഞ്ചുകൾ മൂത്തുപാകമായി വരികയുമാണ്. അതുകൊണ്ട്, ഒന്നും ചവിട്ടി നശിപ്പിക്കരുതെന്ന് അയാളെന്നോട് യാചിച്ചു. ഞാനതങ്ങ് സമ്മതിക്കുകയും ചെയ്തു."

"ഉഗ്രൻ!"

എന്നുപറഞ്ഞുകൊണ്ട് ശലഭഭാര്യ ശാന്തയായി. ശലഭദമ്പതികളുടെ സംസാരം കേട്ട സുലൈമാൻ ബിൻ ദാവൂദ് കണ്ണിൽ നിന്ന് വെള്ളമൊഴുകുന്നതു വരെ ചിരിച്ചു. ചുവന്ന ലില്ലികൾക്കിടയിൽ നിന്ന് ബാൽക്കിസും അത് കേട്ട് പുഞ്ചിരിതൂകി. കുറേ ആലോചനകൾക്കു ശേഷം ബാൽകിസ് ശലഭഭാര്യയെ അരികിലേക്ക് വിളിച്ചു. ഭയത്തോടെയാണെങ്കിലും, ബാൽകിസിന്റെ വെളുത്ത കൈയിലേക്ക് ശലഭഭാര്യ വന്നിരുന്നു.

"ഏയ് കുഞ്ഞിപ്പെണ്ണേ, നിന്റെ ഭർത്താവ് പറഞ്ഞതെല്ലാം നീ വിശ്വസിച്ചോ?"

ബാൽകിസ് മൃദുസ്വരത്തിൽ ശലഭഭാര്യയോട് ചോദിച്ചു. ആഴത്തിൽ നിന്ന് നോക്കുന്നവളെപ്പോലെ ശലഭഭാര്യ നിസ്സംഗയായി ബാൽക്കിസിനെ നോക്കി.

"അല്ലയോ, സുന്ദരികളിൽ സുന്ദരിയായ രാജ്ഞീ, ഈ ആണുങ്ങളൊക്കെ എത്തരക്കാരാണെന്ന് അവിടുത്തേക്കറിയാമല്ലോ?"

ശലഭഭാര്യയുടെ ചോദ്യംകേട്ട ശേബാരാജ്ഞിയായ ബാൽകിസ് ചിരിയമർത്താൻ വളരെ പ്രയാസപ്പെട്ടുകൊണ്ട് പറഞ്ഞു:

"ശരിയാണ്; എനിക്കറിയാം."

"അവർക്ക് പെട്ടെന്ന് ദേഷ്യം പിടിക്കും. എല്ലായ്പ്പോഴും അവരെ രസിപ്പിച്ചുകൊണ്ടേയിരിക്കണം. പറയുന്നതിൽ പാതി പതിരായിരിക്കും. സുലൈമാൻ ബിൻ ദാവൂദിന്റെ കൊട്ടാരവും പൂന്തോട്ടവും ഞൊടിയിടയിൽ ചവിട്ടി നശിപ്പിക്കുമെന്ന് എന്റെ ഭർത്താവ് പറഞ്ഞത് ഞാൻ വിശ്വസിക്കുന്നതായി ഭാവിക്കണം. എന്നിട്ടെന്താ, തൊട്ടടുത്ത ദിവസം അയാൾ എല്ലാം മറന്നുപോവുകയും ചെയ്യും."

"നീ പറഞ്ഞതെല്ലാം ശരിയാണ് സോദരീ. അതുകൊണ്ട്, ഇനിയെപ്പോഴെങ്കിലും വീരവാദവുംകൊണ്ട് വന്നാൽ അത് ചെയ്തുകാണിക്കാൻ പറയണം. എന്താണ് സംഭവിക്കുന്നതെന്ന് നമുക്ക് നോക്കാം. തീർച്ചയായും, അയാൾ നാണംകെടും!"

ബാൽകിസിന്റെ വാക്കുകൾ കേട്ട് ശലഭം ഭർത്താവിനടുത്തേക്ക് പറന്നുപോയി. നിമിഷങ്ങൾക്കുള്ളിൽ പൂർവ്വാധികം ശക്തിയോടെ വഴക്കടിക്കാൻ തുടങ്ങി.

"ഓർത്തോ; ഞാനൊന്ന് ആഞ്ഞുചവിട്ടിയാൽ എന്താണ് സംഭവിക്കാൻ പോകുന്നതെന്ന് ഓർത്തോ!"

ശലഭം പറഞ്ഞതുകേട്ട് ഭാര്യക്ക് കലികയറി.

"നിങ്ങൾ പറയുന്നത് ഒരു തരിമ്പുപോലും ഞാൻ വിശ്വസിക്കുകയില്ല. ചെയ്യും ചെയ്യും എന്നു പറഞ്ഞുകൊണ്ടിരിക്കുന്നത് ആദ്യം ഒന്നു ചെയ്തു കാണിക്കൂ; കാണട്ടെ!"

"അത്..... അതൊന്നും ഇപ്പോൾ ചെയ്യാൻ കഴിയില്ല. സുലൈമാൻ ബിൻ ദാവൂദിന് ഞാൻ വാക്കുകൊടുത്തതാ! വാക്കു മാറാനൊന്നും എന്നെക്കൊണ്ട് കഴിയില്ല...."

"അങ്ങനെ എന്തെങ്കിലും സംഭവിച്ചാൽ മാത്രമേ വാക്കുമാറുന്ന പ്രശ്നം ഉദിക്കുന്നുള്ളൂ. ഒരു പുൽക്കൊടിപോലും മടക്കാൻ നിങ്ങളെക്കൊണ്ട് കഴിയില്ലെന്ന് എനിക്കറിയാം. ചുണയുണ്ടെങ്കിൽ ചെയ്തു കാണിക്ക്. ചുമ്മാ വീമ്പടിക്കാതെ! ചവിട്ട്! ചവിട്ട്! ചവിട്ട്!"

ശലഭങ്ങളുടെ സംഭാഷണം കേട്ടുകൊണ്ട് കർപ്പൂരമരത്തിന്റെ ചുവട്ടിൽ നിൽക്കുകയായിരുന്ന സുലൈമാൻ ബിൻ ദാവൂദ് സകലതും മറന്ന് പൊട്ടിച്ചിരിച്ചു. ജീവിതത്തിലൊരിക്കലും അയാൾ അതുപോലെ ചിരിച്ചിട്ടില്ല. അന്നേരം അയാൾ ഭാര്യമാരെയോ, കടലിൽ നിന്നു കയറിവന്ന് പാഠം പഠിപ്പിച്ച ജന്തുക്കളെയോ ഒന്നും ഓർത്തില്ല. തൊട്ടപ്പുറത്തുതന്നെയുണ്ടായിരുന്ന ബാൽകിസും അന്നേരം ചിരിക്കുകയായിരുന്നു.

അതിനിടയിൽ ആൺശലഭം കിതച്ചുകൊണ്ട് സുലൈമാൻ ബിൻ ദാവൂദിന്റെ അരികിലെത്തി.

"അവളെന്നോട് ചവിട്ടാൻ പറയുന്നു; ഞാനെന്തു ചെയ്യും? രാജാവേ, അങ്ങേക്കറിയാമല്ലോ എനിക്കതിന് കഴിയില്ലെന്ന്! ഇനി ഞാൻ പറയുന്നതൊന്നും അവള് വിശ്വസിക്കില്ല; ഞാൻ ചത്താലും അവളുടെ പരിഹാസം എന്നെ വിട്ടുപോവുകയുമില്ല!"

"ഇല്ല സോദരാ, അങ്ങനെയൊന്നുമുണ്ടാവില്ല. ഇനിയൊരിക്കലും അവൾ നിന്നെ കളിയാക്കില്ല, അതുപോരെ?"

എന്നു ചോദിച്ചുകൊണ്ട് ആ ശലഭത്തിനു വേണ്ടി, സുലൈമാൻ ബിൻ ദാവൂദ് അയാളുടെ മോതിരവിരലിലെ മോതിരത്തിന് നേർക്ക് തിരിഞ്ഞു.

തൽക്ഷണം, അയാളുടെ ആജ്ഞാനുവർത്തികളായ നാല് പടുകൂറ്റൻ ജിന്നുകൾ എന്തിനും തയ്യാറായി ഭൂമിയിലേക്കെത്തി!

"അടിമകളേ, എന്റെ വിരൽത്തുമ്പിലിരിക്കുന്ന ഈ ശലഭശ്രീമാൻ അവന്റെ ഇടത്തുഭാഗത്തെ മുൻകാൽ അമർത്തി ചവിട്ടിയാൽ എന്റെ കൊട്ടാരവും ഉദ്യാനവുമെല്ലാം ഒരു ഞൊടിയിടയിൽ അപ്രത്യക്ഷമാകണം. വീണ്ടും ചവിട്ടിയാൽ എല്ലാം ശ്രദ്ധാപൂർവ്വം തിരികെ കൊണ്ടുവരികയും വേണം!"

ജിന്നുകളോട് ആജ്ഞാപിച്ച ശേഷം സുലൈമാൻ ബിൻ ദാവൂദ് ശലഭത്തിന് നേരെ തിരിഞ്ഞു.

"എന്നാലിനി ഭാര്യയുടെ അടുത്തേക്ക് പൊയ്ക്കോളൂ, സഹോദരാ!"

ശലഭം ഭാര്യയുടെ അടുത്തെത്തുമ്പോഴും അവൾ ആരോടെന്നില്ലാതെ ആക്രോശിക്കുകയായിരുന്നു.

"ധൈര്യമുണ്ടെങ്കിൽ ചെയ്തുകാണിക്ക്! ധൈര്യമുണ്ടെങ്കിൽ ചെയ്തു കാണിക്ക്! ചവിട്ട്! ആഞ്ഞുചവിട്ട്! ആഞ്ഞാഞ്ഞുചവിട്ട്!"

ശലഭം ആഞ്ഞുചവിട്ടി.

നേരത്തെ ചട്ടംകെട്ടിയിരുന്നതുപോലെ ജിന്നുകൾ പ്രവർത്തിച്ചു. ഒരു ഇടിമുഴക്കത്തിന്റെ ശബ്ദത്തോടൊപ്പം അവിടമാകെ അന്ധകാരം ബാധിച്ചു. ആ കാഴ്ചകണ്ട ശലഭപ്പെണ്ണ് ഭയന്നുനിലവിളിച്ചു.

"ഹൊ! എന്റെ ദൈവമേ, ഞാനിത്രയും പ്രതീക്ഷിച്ചില്ല. കഷ്ടമായിപ്പോയി! എന്നാലും, മനോഹരമായ ആ പൂന്തോട്ടം നശിപ്പിക്കേണ്ടിയിരുന്നില്ല. അതെങ്കിലും തിരികെ കിട്ടിയിരുന്നെങ്കിൽ നന്നായിരുന്നു. ഞാനിനി ഒരു പ്രശ്നവും ഉണ്ടാക്കില്ല."

ശലഭപ്പെണ്ണിന്റെ ഭയം കണ്ട് കുറേനേരം സുലൈമാൻ ബിൻ ദാവൂദ് ചിരിച്ചു. അതിനുശേഷം ശലഭത്തിനടുത്തെത്തി അപേക്ഷാസ്വരത്തിൽ മന്ത്രിച്ചു:

"ഒരിക്കൽക്കൂടി ചവിട്ടി എന്റെ കൊട്ടാരം തിരികെത്തന്നാലും മഹാ മാന്ത്രികനായ ശലഭമേ!"

"അതെ. ഇനി ഇത്തരം കടുത്ത മാന്ത്രികവിദ്യയൊന്നും കാണിക്കണ്ടാ! അയാളുടെ കൊട്ടാരമങ്ങ് തിരികെ കൊടുത്തേക്ക്, പാവം!"

ശലഭപ്പെണ്ണ് ഒരു കരിവണ്ടിനെപ്പോലെ പറന്നുകൊണ്ട് ആൺശലഭത്തോട് പറഞ്ഞു.

"ശരി. എന്റെ പ്രിയതമ പറഞ്ഞതുകൊണ്ടു മാത്രം ഞാനങ്ങനെ ചെയ്യാം!"

എന്നു പറഞ്ഞുകൊണ്ട് ആൺശലഭം ഒരിക്കൽക്കൂടി ആഞ്ഞുചവിട്ടി. ആ അടയാളം കാണേണ്ട താമസം, ജിന്നുകൾ കൊട്ടാരവും ഉദ്യാനവും

ഒരു ചുളിവുപോലുമില്ലാതെ പഴയപടിയാക്കി. സൂര്യൻ പഴയതുപോലെ ഹരിതാഭമായ ഇലകൾക്കുമേൽ പതിച്ചു; പിങ്ക് നിറമുള്ള ഈജിപ്ഷ്യൻ ലില്ലികൾക്കുമീതെ ജലധാരയിലെ വെള്ളം വീശിത്തുടങ്ങി; പക്ഷികൾ പാടാനും തുടങ്ങി. അതോടെ, കർപ്പൂരമരച്ചുവട്ടിൽ ശലഭപ്പെണ്ണ് സന്തോഷത്തോടെ ചിറകടിച്ചു.

"നന്നായി! എല്ലാം മുമ്പുള്ളതുപോലെ തന്നെ!"

എല്ലാം കണ്ടുനിന്ന സുലൈമാൻ ബിൻ ദാവൂദിന് ചിരിച്ചുചിരിച്ച് ശ്വാസംമുട്ടി. ഒടുവിൽ നടുവ്കുനിഞ്ഞിരുന്ന് ചുമച്ചുകൊണ്ട് അയാൾ ശലഭത്തോട് പറഞ്ഞു:

"അല്ലയോ മഹാനായ മാന്ത്രികാ, താങ്കളുടെ കഴിവ് അപാരം തന്നെ. എന്റെ കൊട്ടാരവും ഉദ്യാനവും മടക്കിത്തന്നതിന് നന്ദി."

അന്നേരം കൊട്ടാരത്തിനുള്ളിൽ നിന്ന് വലിയൊരു നിലവിളി ഉയർന്നു. തൊള്ളായിരത്തി തൊണ്ണൂറ്റൊമ്പത് രാജ്ഞിമാരും അലറിവിളിച്ചു കൊണ്ട്, അതിവേഗം കൊട്ടാരത്തിന്റെ പടിക്കെട്ടിറങ്ങിവന്നുകൊണ്ടിരുന്നു. നിലവിളി കേട്ടാലറിയാം കുട്ടികളെ ഓർത്താണ് അവരുടെ പരിഭ്രാന്തി യെന്ന്. ബുദ്ധിമതിയായ ബാൽകിസ് അവരോട് കാര്യമന്വേഷിച്ചു. മാർബിൾ കൽപ്പടവുകളിൽ തന്നെ നിൽക്കുകയായിരുന്ന അവർ ഒരേ സ്വരത്തിൽ മറുപടി പറഞ്ഞു:

"എന്താണ് പ്രശ്നമെന്നോ? കൊള്ളാം! സ്വർണ്ണക്കൊട്ടാരങ്ങളിൽ ഞങ്ങൾ സമാധാനത്തോടെ കഴിയുകയായിരുന്നു. ഞൊടിയിടയിൽ കൊട്ടാരം അപ്രത്യക്ഷമായി. എല്ലായിടത്തും ഇരുട്ടും പൊടിപടലങ്ങളും മാത്രം; ഇടിമുഴക്കത്തിന്റെ അകമ്പടിയിൽ, ജിന്നുകളും അഫ്രീത്തുകളും ഇരുളിന്റെ മറവിൽ നീങ്ങുന്നു! അതുതന്നെയാണ് മഹാറാണീ, എല്ലായി ടത്തും ഞങ്ങൾ കണ്ടത്. അതായിരുന്നു ഞങ്ങളെ അമ്പരപ്പിച്ച പ്രശ്നം. എല്ലാ പ്രശ്നങ്ങളേക്കാളും വലിയ പ്രശ്നം!

ലോകൈക സുന്ദരിയും, സുലൈമാൻ ബിൻ ദാവൂദിന്റെ ഏറ്റവും പ്രിയ പത്നിയും, സ്വർണനദിയൊഴുകുന്ന ശേബയിലെ രാജ്ഞിയും, സിംബാബ്‌വെയിലെ സുവർണകുടീരങ്ങളുടെ ഉടമയും, അതീവ ബുദ്ധിമതിയുമായ ബാൽകിസ് സഹപത്നിമാരോട് ചിരിച്ചുകൊണ്ട് പറഞ്ഞു:

"ഓ, അത് സാരമില്ല രാജ്ഞിമാരേ! നിരന്തരം വഴക്കടിക്കുന്ന ശലഭ ത്തിന്റെ ഭാര്യയെ ഒരു പാഠം പഠിപ്പിക്കുന്നതിനുവേണ്ടി, ഒരു ശലഭത്തിന്റെ ആവലാതിയിന്മേൽ സുലൈമാൻ ബിൻ ദാവൂദ് എന്ന മഹാനായ രാജാവ് സ്വീകരിച്ച നടപടിയായിരുന്നു അത്."

"ഏതെങ്കിലുമൊരു കീടത്തിനുവേണ്ടി സ്വന്തം കൊട്ടാരംപോലും തകർത്തുകളയുന്ന സുലൈമാൻ ബിൻ ദാവൂ തീർച്ചയായും മരണ

യോഗ്യനാണ്. ആ വാർത്ത കേട്ട് ലോകം കരയുന്നത് എനിക്ക് കേൾക്കു കയും കാണുകയും വേണം."

ഈജിപ്ഷ്യൻ രാജകുമാരിയും ഫറവോയുടെ മകളുമായ രാജ്ഞി ഈർഷ്യയോടെ പറഞ്ഞു. ബാൽകിസ് ഈജിപ്ഷ്യൻ രാജ്ഞിയെ ഗൗനി ക്കാതെ മറ്റുള്ളവരെ വിളിച്ചു:

"എല്ലാവരും എന്നോടൊപ്പം വരൂ!"

ബാൽകിസ് എല്ലാവരെയും കൂട്ടിക്കൊണ്ടുപോയത് കർപ്പൂരമരത്തിന്റെ ചുവട്ടിലേക്കായിരുന്നു. അവിടെ, സുലൈമാൻ ബിൻ ദാവൂദിന്റെ ഇരുകൈകളിലുമായി രണ്ട് ശലഭങ്ങളുണ്ടായിരുന്നു. അപ്പോഴും അയാ ളുടെ ചുണ്ടുകളിൽ നിന്ന് പുഞ്ചിരി മാഞ്ഞിരുന്നില്ല. സുലൈമാൻ ബിൻ ദാവൂദ് ശലഭപ്പെണ്ണിനോട് പറയുന്നത്, അവിടേക്കുവന്ന രാജ്ഞിമാരും കേട്ടു.

"പ്രിയപ്പെട്ട ശലഭപ്പെണ്ണേ, ഇനി മേലിൽ നിന്റെ ഭർത്താവിനെ പ്രസാ ദിപ്പിച്ചുകൊള്ളുക; അയാളെ ഒരിക്കലും പ്രകോപിപ്പിക്കാതിരിക്കുക; അങ്ങനെ സംഭവിച്ചാൽ തന്റെ മാന്ത്രികവിദ്യ പ്രകടിപ്പിക്കാൻ അയാൾ വീണ്ടും കാലുയർത്തും. ഓർമ്മയിരിക്കട്ടെ! സുലൈമാൻ ബിൻ ദാവൂ ദിനെ വെറുതെ വിട്ടാലും! ഇനി സമാധാനത്തോടെ പറന്നുല്ലസിച്ചാലും, ചെറു ചങ്ങാതിമാരേ!"

ചിറകുകളിൽ മൃദുവായി ചുംബിച്ചുകൊണ്ട് സുലൈമാൻ ബിൻ ദാവൂദ് ശലഭങ്ങളെ യാത്രയാക്കി. ആ കാഴ്ചകണ്ട് ബാൽകിസ് ഒഴികെയുള്ള തൊള്ളായിരത്തി തൊണ്ണൂറ്റൊമ്പത് ഭാര്യമാരും അമ്പരന്നു. അവരുടെ മുഖങ്ങൾ മനസ്സിലെ ചിന്ത പ്രതിഫലിപ്പിച്ചു:

'കേവലമൊരു ശലഭത്തിന്റെ ഭാര്യയുടെ കലഹം ശമിപ്പിക്കാൻ ഇത്രയുമൊക്കെ ചെയ്യാൻ കഴിയുമെങ്കിൽ, എത്രയോ ദിവസങ്ങളായി വഴക്കടിച്ചുകൊണ്ടിരിക്കുന്ന നമ്മളെ നിലയ്ക്കുനിർത്താൻ രാജാവിന് എന്തൊക്കെ ചെയ്യാൻ കഴിയുമായിരുന്നു?'

ആലോചനകളിൽ നിന്നു മുക്തരായവർ ശിരോവസ്ത്രംകൊണ്ട് തല മറച്ചുകൊണ്ട് വാക്കൈയ് പൊത്തി നിന്നു. കൊട്ടാരവും പരിസരവും പരിപൂർണ നിശ്ശബ്ദതയിലായി.

കർപ്പൂരമരത്തിന്റെ ചുവട്ടിൽ നിൽക്കുന്ന സുലൈമാൻ ബിൻ ദാവൂദിന്റെ അരികിലേക്കെത്തിയ ബാൽകിസ്, അയാളുടെ ചുമലിൽ മൃദു വായി അമർത്തി.

"എന്റെ ഭാഗ്യനിധിയായ പ്രിയതമനേ, അങ്ങയുടെ ഈ വക ചെയ്തി കൾ കൊണ്ട് ഈജിപ്തിലെയും എത്യോപ്യയിലെയും അബിസ്സീനിയ യിലെയും പേർഷ്യയിലെയും ഇന്ത്യയിലെയും ചൈനയിലെയും രാജ്ഞി മാർ എക്കാലവും ഓർത്തിരിക്കാനിടയുള്ള ഒരു പാഠം പഠിച്ചിരിക്കുന്നു!"

"ഓഹോ, ഇതിനിടയിൽ അങ്ങനെയൊരു സംഭവമുണ്ടായോ? ഞാന തൊന്നും അറിഞ്ഞില്ല. ശലഭങ്ങളുടെ നേരമ്പോക്ക് ആസ്വദിച്ചുകൊണ്ട് ഞാൻ ഈ ഉദ്യാനത്തിൽ തന്നെയുണ്ടായിരുന്നു!"

പറന്നുകളിക്കുന്ന ശലഭങ്ങളെ നോക്കിക്കൊണ്ട് സുലൈമാൻ ബിൻ ദാവൂദ് അലസമായി മറുപടി നല്കി.

"ഞാനീ കർപ്പൂരമരത്തിന്റെ പിന്നിൽനിന്ന് എല്ലാം കാണുന്നുണ്ടായി രുന്നു. കേവലമൊരു ശലഭത്തോട് അങ്ങു ചെയ്ത കാരുണ്യത്തെക്കുറിച്ച് ഞാൻ രാജ്ഞിമാരോട് പറഞ്ഞിരുന്നു. അക്കാര്യം കേട്ടതോടെ അവ രെല്ലാം വല്ലാതെ ഭയന്നു. അതിനുശേഷമുള്ള അവരുടെ ആലോചന കൾ നമുക്ക് ഊഹിക്കാവുന്നതല്ലേയുള്ളൂ."

ബാൽകിസിന്റെ വാക്കുകൾ കേട്ടതോടെ, സുലൈമാൻ ബിൻ ദാവൂദ് സന്തോഷപൂർവ്വം മൂരിനിവർത്തി.

"ഭാര്യമാരെ നേർവഴിക്കു നടത്താൻ ഞാനെന്തെങ്കിലും ചെപ്പടിവിദ്യ കാട്ടിയിരുന്നെങ്കിൽ ഒരുപക്ഷേ അത് പണ്ട് കടൽജീവികൾക്ക് അത്താഴം കൊടുക്കാമെന്നേറ്റതുപോലെ അപഹാസ്യമായിപ്പോകുമായിരുന്നു. മാന്ത്രികവിദ്യ ശലഭങ്ങൾക്കുവേണ്ടിയാണ് പ്രയോഗിച്ചതെങ്കിലും ബുദ്ധി മതിയായ നീ അത് സഹപത്നിമാരുടെ വഷളത്തരങ്ങളുടെ നേർക്കു കൂടി തിരിച്ചുവിട്ടു. നിന്നെപ്പോലൊരു ഭാര്യ എന്റെ സൗഭാഗ്യമാണ്. അതി രിക്കട്ടെ, നീ എങ്ങനെയാണ് ഇതൊക്കെ സാധിച്ചെടുത്തത്?"

ശലഭം പൂവിനോട് ചേർന്നിരിക്കുന്നതുപോലെ ബാൽകിസ്, സുലൈ മാൻ ബിൻ ദാവൂദിനോട് കൂടുതൽ ചേർന്നിരുന്നു. എന്നിട്ട് ബാൽകിസ് പറഞ്ഞു:

"അതിന് രണ്ടുകാരണങ്ങളുണ്ട്. ഒന്നാമതായി, ഞാനങ്ങയെ അത്ര യേറെ സ്നേഹിക്കുന്നു. രണ്ടാമതായി, സാധാരണ പെണ്ണുങ്ങൾ എത്തര ക്കാരാണെന്ന് എനിക്ക് നന്നായറിയാം."

ബാൽകിസിനെയും കൂട്ടി സുലൈമാൻ ബിൻ ദാവൂദ് കൊട്ടാരത്തി ലേക്ക് പോയി.

പിന്നീട്, അവർ ദീർഘകാലം സസുഖം വാണു!

■

www.ingramcontent.com/pod-product-compliance
Lightning Source LLC
LaVergne TN
LVHW041615070526
838199LV00052B/3162